मूड नाही Mindset बदला

माझा मूड माझ्या मुठीत

सरश्री

मूड नाही Mindset बदला

माझा मूड माझ्या मुठीत

by **Sirshree** Tejparkhi

Mood Nahi Mindset Badala

Maza Mood Mazya Mutheet

प्रकाशक : वॉव पब्लिशिंग्ज् प्रा. लि., पुणे

मुद्रक : ट्रिनिटी ॲकॅडमी फॉर कॉर्पोरेट ट्रेनिंग लि., पुणे

प्रथम आवृत्ती : जुलै २०२६

ISBN : 978-81-69572-17-0

'मेरा मूड मेरी मुट्ठी में' या मूळ हिंदी पुस्तकाचा मराठी अनुवाद

हे पुस्तक त्या सर्वांना

समर्पित आहे...

जे आपल्या ‘मूडचे गुलाम’ न बनता

‘स्वामी’ बनू इच्छितात.

अनुक्रमणिका

सेट
माइंडसेट

मनाची व्यायामशाळा

मूडपासून मनावर प्रभुत्वापर्यंत

क्षणभर डोळे मिटा आणि कल्पना करा – तुमच्या अंतरंगामध्ये एक अदृश्य व्यायामशाळा आहे. तिथे ना लोखंडी वजनं आहेत, ना आरशांच्या भिंती; पण तरीही तिथे रोज अखंड सराव सुरू असतो. तुम्हाला त्याची जाणीव असो वा नसो.

कधी एखाद्याच्या सहज बोललेल्या शब्दाने मनाला खोल जखम होते. कधी अपेक्षांच्या ओझ्यानी खांदे झुकतात, कधी इतरांशी केलेल्या तुलनेमुळे आपला आत्मविश्वास डगमगतो. आणि मग आपण सहज म्हणतो, 'आज माझा मूड ठीक नाही'. पण खरोखरच एवढंच असतं का? वास्तविक, मूड हा अचानक बिघडत नाही. तो आपल्या अप्रशिक्षित, अस्थिर आणि अनियंत्रित मनाचा परिणाम असतो.

शरीराला नियमित व्यायाम मिळाला नाही, तर ते हळूहळू अशक्त होत जातं. त्याचा परिणाम आपल्याला सहज दिसून येतो आणि आपण सावध होतो. पण मनाचं काय? त्याचं दुर्बल होणं डोळ्यांना दिसत नाही. ते आपल्या वागण्यात उमटतं, आवाजातल्या कंपातून जाणवतं, निर्णयांमधल्या संभ्रमातून प्रकट होतं आणि नात्यांमध्ये नकळत झिरपत राहतं.

याचा परिणाम असा होतो की, आपलं मन हळूहळू बाह्य परिस्थितींवर अवलंबून राहायला लागतं. कोणी कौतुक केलं की आपले हात जणू आभाळाला टेकतात; कोणी टीका केली की आपण आतून कोलमडून जातो. एखादी गोष्ट

मनासारखी घडली तर उत्साह सळसळतो; प्रतिकूल प्रसंग आला की निराशा मन व्यापून टाकते. आणि या साऱ्या अवस्थेला आपण एकच नाव देतो - मूड.

पण हा खरोखर मूडचा प्रश्न आहे, की मनाच्या अपुऱ्या प्रशिक्षणाचा?

शरीराच्या तंदुरुस्तीसाठी आपण वेळ काढतो, व्यायाम करतो, चालतो, धावतो; पण मनालाही तितक्याच सातत्याने घडवावं लागतं, याचा आपण कधी विचार करतो? कारण अप्रशिक्षित मन परिस्थितीचं गुलाम बनतं; तर प्रशिक्षित मन, वादळाच्या मधोमधही आपला तोल सांभाळून उभं राहतं.

हे पुस्तक तुम्हाला अशाच एका अदृश्य व्यायामशाळेची ओळख करून देणार आहे. अशी व्यायामशाळा, जिथली सर्व साधनं तुमच्या अंतर्यामीच आहेत; जिथे सराव शांततेत घडतो; आणि जिथे होणारा बदल क्षणिक नसून, तो हळूहळू तुमच्या स्वभावाचा कायमस्वरूपी भाग बनत जातो.

ही पुस्तिका तुम्हाला तुमच्या मूडचं स्वरूप समजून घेण्याची आणि त्याला योग्य दिशा देण्याची एक सोपी, पण परिणामकारक दृष्टी देईल. कारण खरा प्रश्न जीवनात चढ-उतार येणार की नाही, हा नाहीच. ते तर येणारच. महत्त्वाचा प्रश्न हा आहे की त्या प्रत्येक वळणावर तुमचं मन कुठे उभं असेल?

आता निर्णय तुमच्या हातात आहे.

दररोज मूडच्या लहरींवर हेलकावे खात जगायचं आहे की अशा टप्प्यावर पोहोचायचं आहे, जिथे मूड तुमच्यावर वरचढ होणार नाही; उलट तुम्हीच त्याला योग्य दिशा द्याल? यासाठी एक खास मूड डायरेकक्टिंग सिद्धांत यात दिलेला आहे.

जर तुमच्या अंतर्मनातून एखादी हाक ऐकू येत असेल- आता मला माझ्या मनावर प्रभुत्व मिळवायचं आहे - तर समजा, हा त्या प्रवासाचा पहिला टप्पा आहे.

मनाची ही अदृश्य व्यायामशाळा तुमची वाट पाहत आहे.

या साधनेची पहिली पायरी आहे - थांबणं. कारण जो थांबू शकतो, तोच स्वतःकडे खऱ्या अर्थाने पाहू शकतो.

दुसरी पायरी - श्वास- संथ, खोल आणि संतुलित श्वास. कारण श्वास हा मनाच्या गतीवर नियंत्रण ठेवणारा अदृश्य लगाम असतो.

तिसरी पायरी - निवड. प्रत्येक विचाराला मनात स्थान द्यायलाच हवं, असं नसतं. प्रत्येक प्रसंगाला तत्काळ प्रतिक्रिया देणंही आवश्यक नसतं. विचारपूर्वक

केलेली निवड हीच अंतर्मनाच्या स्वातंत्र्याची सुरुवात असते.

आणि चौथी पायरी- विचारसरणी (माइंडसेट), घटना तीच राहते पण तिच्याकडे पाहण्याची दृष्टी बदलली की अनुभवाचं स्वरूपही बदलून जातं.

न्यूरोसायन्स सांगतं की, प्रत्येक सजगतेने केलेला सराव आपल्या मेंदूत नवे मज्जामार्ग निर्माण करतो. म्हणजेच मन घडवता येतं, त्याला नवी दिशा देता येते. म्हणूनच तुम्ही तुमच्या मूडचे केवळ गुलाम नाही; त्याचे शिल्पकारही होऊ शकता.

हे पुस्तक मूडवर टीका करणारा ग्रंथ नाही; तर मनाला घडविण्याचा एक अभ्यासक्रम आहे. मनाची ताकद कशी वाढवायची, भावनांना योग्य दिशा कशी द्यायची आणि प्रतिक्रियांच्या जागी सजग निवड कशी करायची, हे ते शिकवेल.

कारण आयुष्यातील सर्वांत मोठं यश म्हणजे केवळ यश मिळवणं नव्हे. यश असो वा अपयश, स्तुती असो वा टीका - प्रत्येक परिस्थितीत मनाचा समतोल टिकवून ठेवता येणं, हीच खरी यशस्वी जीवनाची ओळख आहे.

आता पुन्हा एकदा प्रश्न तुमच्यासमोर उभा आहे -

तुम्हाला मूडच्या तालावर आयुष्य जगायचं आहे, की मूडलाच तुमच्या तालावर नाचायला शिकवायचं आहे?

परिस्थितीच्या हातातील बाहुलं बनून राहायचं, की स्वतःच्या आयुष्याचं सूत्र आपल्या हाती घ्यायचं?

मूडचे बळी म्हणून जगायचं आहे, की त्यावर प्रभुत्व मिळवून त्याचा स्वामी व्हायचं आहे?

निर्णय पूर्णपणे तुमचा आहे. मनाची व्यायामशाळा तुमच्यासाठी सज्ज आहे. आता दार उघडा. राग, अस्वस्थता आणि मनाच्या गुलामगिरीला मागे ठेवा... आणि आत्मजागरूकतेच्या नव्या प्रवासाला सुरुवात करा.

...सरश्री

अध्याय

१

नाराज मनाचे रहस्य

एका शहरात तेवीस वर्षांचा एक होतकरू तरुण राहत होता. स्वभावाने शांत, मनाने सोज्वळ, उंची मध्यम, सावळासा वर्ण, रेखीव चेहरा आणि डोळ्यांत विलक्षण तेज. एकंदरीत त्याचं व्यक्तिमत्त्व सहज लक्ष वेधून घेणारं होतं. त्याचं नाव होतं नीरज.

पण गंमत अशी, की परिसरात त्याला या नावाने फारसं कोणी ओळखतच नसे. सगळ्यांच्या तोंडी त्याचं एकच नाव होतं – नाराज!

ए नाराज...!

अरे, नाराज...!

काय रे, आमच्यावर एवढा नाराज आहेस का?

अशी हाक आली की नीरजच्या चेहऱ्यावरच्या रेषा क्षणात बदलायच्या. तो मनोमन दुखावला जायचा; पण समोरच्याला काही बोलू शकत नसे. त्याची ही अस्वस्थता पाहून लोकांना आणखीच गंमत वाटायची. मग त्याला पुन्हा पुन्हा चिडवण्यातच त्यांना मजा येऊ लागली.

लोक स्वभावाने वाईट नव्हते. पण नीरजला अशी चेष्टा अजिबात सहन होत नसे, तो चिडत असे. त्यामुळे लोक त्याला चिडवण्याचा मोह आवरू शकत नसत.

परिणामी, नीरज लोकांपासून चार हात अंतर ठेवू लागला. त्याचा मूड बहुतेक वेळा ऑफच असायचा. यासाठी परिसरातल्या लोकांना दोष देता येणार नव्हता. ती जणू त्याच्या मनाचीच एक सवय बनली होती.

अनेकदा तो सलग दोन-दोन, तीन-तीन दिवस घराबाहेरही पडत नसे. स्वतःच्या खोलीत जाऊन पडून राहायचा. वडील काही समजावून सांगू लागले की तो फक्त मान डोलावून ऐकून घ्यायचा. त्यांनी प्रेमाने, 'चल, जरा बाहेर फेरफटका मारून येऊ', असं म्हटलं तरी तो लगेच एखादं कारण पुढे करून त्यांच्याबरोबर जाणे टाळायचा. 'नको... आज नको. मला अभ्यास करायचा आहे'.

नीरजच्या वडिलांचं फर्निचरचं दुकान होतं. पदवीचं शिक्षण सांभाळत तो मोकळ्या वेळात वडिलांना दुकानाच्या कामातही मदत करत असे.

नीरज मुळातच स्वतःच्या विश्वात रमणारा होता. मूडी होता. अबोलपणा जणू त्याच्या स्वभावाचाच भाग बनला होता. घरातसुद्धा त्याचं बोलणं अगदी मोजकंच. हं..., हो..., नाही... एवढ्यापुरतीच त्याची उत्तरं असायची. कोणाशी फारसा परिचय नाही, गप्पागोष्टी नाहीत, जवळचे मित्रही नाहीत. त्याचा एकमेव साथीदार होता- एकांत.

वाचनाची त्याला विलक्षण आवड होती. त्याची खोली पुस्तकांनी भरलेली होती. नेहमी तो त्या पुस्तकांमध्ये स्वतःलाच शोधत बसायचा. वाचून थकल्यावर एखादं पुस्तक बाजूला ठेवून खिडकीतून बाहेर दिसणारं जग शांतपणे न्याहाळत राहायचा. त्यातही मन रमलं नाही की डायरी उघडून मनात साचलेलं सगळं कागदावर उतरवायचा.

कॉलेजचं ग्रंथालय ही त्याची आणखी एक आवडती जागा होती. तिथे तो तासन्‌तास बसून पुस्तकं वाचत असे, पण पुस्तकांपेक्षा त्याला एक गोष्ट अधिक आवडायची-कॉलेजमधील प्राध्यापक एम. डी. सरांशी गप्पा मारणं.

एम. डी. सर नेहमी ग्रंथालयात येत असत. त्यांच्याशी झालेल्या प्रत्येक संवादानंतर नीरजच्या विचारांना नवी दिशा मिळायची. मनात अनेक दिवस घोळत असलेल्या प्रश्नांची उत्तरं त्याला नकळत मिळून जायची.

फक्त नीरजच नव्हे, तर कॉलेजमधले अनेक विद्यार्थी एम. डी. सरांना भेटण्यासाठी उत्सुक असायचे. सगळे त्यांना प्रेमाने एम.डी. सर असंच म्हणत. अध्यात्माची त्यांना विशेष आवड होती. ते नियमित ध्यानशिबिरांमध्ये सहभागी होत

आणि कधी स्वतःही अशी शिबिरं आयोजित करत. विद्यार्थ्यांनी त्यात सहभागी व्हावं, यासाठी ते नेहमी प्रयत्नशील असत.

त्यांचे विचार ऐकायला विद्यार्थ्यांना मनापासून आवडायचं. अनेक जण आपल्या मनातले प्रश्न, संभ्रम आणि अडचणी घेऊन त्यांच्याकडे येत. एम. डी. सर त्यांच्याशी निवांतपणे बोलत आणि त्यांच्या प्रश्नांची उकल करून देत. त्या विद्यार्थ्यांमध्ये नीरजही एक होता.

नीरजला नेहमी वाटायचं, एम. डी. सरांच्या सहवासात एक विलक्षण शांतता आहे. त्यांच्या जवळ बसलं की त्याच्या मनाला एक वेगळाच दिलासा मिळायचा. त्या अनुभवाचं वर्णन शब्दांत करणं त्याला कधीच जमलं नाही. त्याच्यासाठी ते केवळ प्राध्यापक नव्हते; तर मित्र आणि मार्गदर्शकही होते. इतर अनेक विद्यार्थ्यांच्याही मनात त्यांच्याबद्दल अशीच भावना होती.

आजही नीरज वर्गात तन्मयतेने एम. डी. सरांचं बोलणं ऐकत होता. त्याच्या मनात एकच आशा होती– कदाचित माझ्या प्रश्नांची उत्तरं मला इथेच मिळतील.

इतक्यात लेक्चर संपल्याची घंटा झाली...

लेक्चर नुकतंच रंगात आलं होतं. नीरजच्या मनातले विचार जणू एम. डी. सरच शब्दांत मांडत होते. वेळ कसा गेला, त्यालाच कळलं नाही. लेक्चर संपलं आणि विद्यार्थी उठून बाहेर पडू लागले.

एम. डी. सरांजवळ जमलेल्या विद्यार्थ्यांच्या घोळक्यात नीरजही उभा होता. नीरजच्या मनातही काही प्रश्न होते. एम. डी. सरांना ते विचारावेत, असं त्याला वाटत होतं; पण सगळ्यांसमोर बोलायचं धाडस त्याला होत नव्हतं.

एम. डी. सरांनी त्याच्याकडे पाहून विचारलं, 'काय नीरज, नाराज आहेस की काय? काही बोलत का नाहीस?'

नीरज क्षणभर गोंधळला. त्याने फक्त नकारार्थी मान हलवली.

एम. डी. सर मनापासून हसले आणि म्हणाले, 'नाराज क्या जाने राज...!'

क्षणात तिथे उपस्थित सगळे हसले. नीरज आधी थोडा ओशाळला; पण मग तोही हसला.

सरांनी पुन्हा विचारलं, 'काही विचारायचं आहे का?'

नीरज उत्तर द्यायच्या तयारीत होता; पण शब्दच फुटेनात. त्याचा संकोच सरांच्या लक्षात आला.

ते म्हणाले, 'काही विचारायचं असेल तर आत्ताच विचार. आणि ते जमत नसेल, तर पुढच्या वेळी लिहून आण. मग निवांत बोलू.'

'हो, सर.' नीरजने हलकेच मान डोलावली. त्याला हायसं वाटलं. समोरासमोर बोलण्याचा आत्मविश्वास त्याच्यात नसला, तरी मनातलं कागदावर उतरवणं त्याला सहज जमत होतं.

पण घरी परतताना त्याच्या मनात एकच विचार पुन्हा पुन्हा येत राहिला.

एम. डी. सरांना कसं कळलं असेल की आमच्या परिसरात सगळे मला 'नाराज' म्हणतात? की तो केवळ योगायोग होता?... की खरंच माझ्या चेहऱ्यावर कायम नाराजी दिसत असावी?

या विचारातच तो बराच वेळ हरवून गेला. घरी पोहोचला, तरी मनातली न उकललेली शंका तशीच होती.

आज एम. डी. सरांशी झालेल्या त्या छोट्याशा संवादाने त्याला थोडा दिलासा मिळाला होता. पुढच्या आठवड्यात आपल्या सगळ्या प्रश्नांची कागदावर एक यादी करून त्यांच्याकडे न्यायची आणि त्यांच्याशी निवांत बोलायचं, असं त्याने ठरवलं.

दुसऱ्या दिवशी त्याने आपल्या मनातल्या सगळ्या प्रश्नांचा विचार सुरू केला. एकेक प्रश्न बाजूला काढत असताना त्याला जाणवलं की, त्यातला एक प्रश्न बाकी सगळ्यांपेक्षा अधिक महत्त्वाचा आहे. तो म्हणजे- त्याचा मूड, त्याची कायम बिघडलेली मनःस्थिती!

नीरज स्वतःच्या सतत बदलणाऱ्या मूडमुळे त्रस्त झाला होता. कधी तो रागाने पेटून उठायचा. कधी विनाकारण उदास व्हायचा, तर कधी दुःखाच्या गर्तेत असा हरवून जायचा की, अनेक दिवस त्यातून बाहेरच पडायचा नाही.

चार वर्षांपूर्वी आजारपणामुळे आईचं निधन झालं आणि त्यानंतर तो अधिकच गप्पगप्प राहू लागला. सुरुवातीला तो धक्का त्याच्यासाठी खूप मोठा होता, पण काळ हे कुठल्याही दुःखावरचं सर्वांत मोठं औषध असतं. हळूहळू तो त्या दुःखातून सावरला खरा... पण त्या दुःखावर कायमचा पडदा पडला नाही. उलट त्याने स्वतःला दुःखाच्या एका जाड आवरणात गुंडाळून घेतलं. हळूहळू 'खिन्न राहणं'

हाच त्याच्या स्वभावाचा भाग बनून गेला.

नीरजच्या घरात एकूण पाच जण होते - नीरज, त्याचे वडील, आत्या आणि तिची दोन मुलं. प्रत्येक जण आपापल्या कामात गुंतलेला. नीरजच्या मनात नेमकं काय चाललं आहे, तो कोणत्या वेदनेतून जात आहे, हे समजून घेण्याचा प्रयत्न मात्र कुणीच केला नव्हता. खरंतर आपल्या या मनःस्थितीची नीरजला चांगलीच जाणीव होती. अनेक वर्षं तो त्या अदृश्य कैदेत जगत आला होता, परंतु आता त्याला त्यातून बाहेर पडायचं होतं.

सारांश

१. आपल्याला राग समाज किंवा परिस्थिती आणत नाहीत. रागाचं बीज आपल्या मनात आधीपासूनच दडलेलं असतं; बाहेरच्या घटना फक्त त्याला जागं करतात. म्हणून बदल घडवायचा असेल, तर इतरांना नव्हे तर स्वतःला बदलण्यापासून सुरुवात करावी.

२. मनात दडवून ठेवलेल्या नकारात्मक भावना ओळखल्या, त्यांना प्रामाणिकपणे स्वीकारलं आणि प्रकाशात आणलं, की त्यांची पकड आपोआप सैल होऊ लागते.

३. प्रत्येक वेळी स्वतःचंच म्हणणं खरं ठरवण्याची गरज नसते. काही प्रसंगी हसत पुढे निघून जाण्यातच खरी परिपक्वता असते.

४. मूडला शत्रू समजू नका; तो मनाचा संदेशवाहक आहे. त्याचा अर्थ समजून घ्या. हास्याला औषध बनवा आणि क्रोधाला जाणून घेऊन त्याच्या बंधनातून मुक्त व्हा.

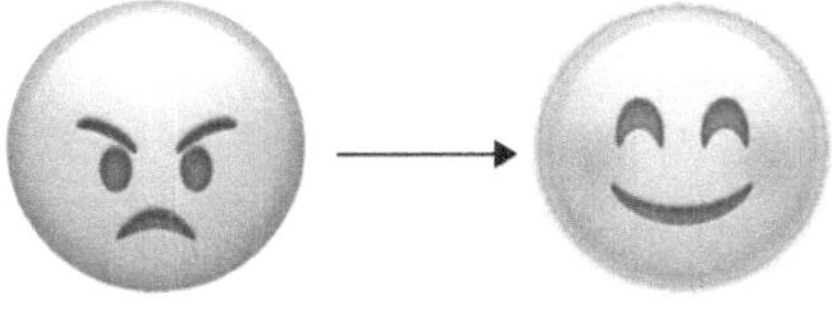

अध्याय

२

मन आणि मनःस्थिती

नीरजची प्रतीक्षा अखेर संपली. तो दिवस उजाडला आणि सुदैवाने त्याला एम. डी. सरांची भेट घेण्याची वेळ मिळाली. आपल्या मनात साचलेल्या प्रश्नांची चिठ्ठी त्याने सरांच्या हातात दिली. एम. डी. सरांनी ती शांतपणे वाचून काढली.

नीरज – सर, हा प्रश्न विचारताना मलाच थोडंसं संकोचल्यासारखं वाटतंय. विषयही तसा काहीसा बालिश वाटेल. पण माझा मूड सतत बदलत राहतो आणि त्यामुळे मी खूप त्रस्त झालो आहे. नेमकं काय करावं, तेच समजत नाही.

एम. डी. – नीरज, यात संकोच वाटण्यासारखं काही नाही. हा विषय जितका साधा वाटतो, तितका तो नाही. प्रत्यक्षात हा फार महत्त्वाचा विषय आहे.

आपली मनःस्थिती अचानक बदलली की आपण त्याला सहज 'मूड स्विंग' म्हणून सोडून देतो. 'काही दिवसांनी आपोआप ठीक होईल' असं म्हणत त्याकडे दुर्लक्ष करतो, पण प्रत्येक वेळी तसं होतंच असं नाही.

आज अनेक जण सतत बदलणाऱ्या मनःस्थितीच्या समस्येतून जात आहेत. काहींना ती समजून घेता येते, काहींना नाही. म्हणूनच या विषयाबद्दल स्पष्ट समज आणि योग्य मार्गदर्शन मिळणं गरजेचं आहे.

नीरज – सर, हा मूड म्हणजे नेमकं असतं तरी काय?

एम. डी. – छान प्रश्न आहे. एखादा माणूस आनंदात असेल, त्याच्या मनात कोणाबद्दल तक्रार नसेल आणि त्याचं सगळं सुरळीत चाललेलं असेल, तर आपण म्हणतो, 'आज त्याचा मूड छान आहे.' पण एखादा माणूस कोणत्याही कारणाने उदास, खिन्न किंवा दुःखी असेल, तर आपण सहज म्हणतो, 'आज त्याचा मूड ठीक नाही.' सोप्या भाषेत सांगायचं, तर मूड म्हणजे आपल्या मनाचं तात्पुरतं स्टेटस. परिस्थितीनुसार ते वेळोवेळी बदलत राहतं. जसं **आपण व्हॉट्सपवर स्टेटस ठेवतो, तसंच मनाचंही एक स्टेटस असतं. फरक एवढाच, की ते आपोआप बदलत राहतं.**

प्रत्येक जण आपल्या मनाच्या व्हॉट्सपवर रोज काही ना काही स्टेटस टाकत असतो. कुणाचं स्टेटस असतं– 'Feeling Low', म्हणजे **'आज मन खूप उदास आहे.'** तर कुणाचं – 'Feeling Blue', म्हणजे **'आज मनावर एक प्रकारची खिन्नता आहे.'** आणि कधी 'Over the Moon' किंवा 'On Cloud Nine', म्हणजे **'आज मी प्रचंड आनंदात आहे.'**

नीरज – हो सर, मीसुद्धा स्वतःशी अशीच कितीतरी वाक्यं बोलत असतो.

- आज खूप कंटाळा आलाय...
- माझा मूडच ठीक नाही...
- कशातच मन लागत नाही...
- आत्ता माझा मस्करी करण्याचा मूड नाही...
- काय करू, काहीच सुचत नाही... मला थोडा वेळ एकटंच राहायचं आहे...

अशी कितीतरी वाक्यं नकळत माझ्या मनात येत राहतात.

एम. डी. – अगदी बरोबर. ही वाक्यं आपल्यासाठी काही नवीन नाहीत. ती आपण कितीतरी वेळा ऐकली आहेत. इतकंच काय, आपण स्वतःलाही ती वारंवार सांगत असतो.

जेव्हा एखाद्या गोष्टीचा कंटाळा येतो, मन कशातच रमत नाही किंवा मन गुंतवण्यासाठी काहीच सापडत नाही, तेव्हा आपण सहज म्हणतो– 'कशातच मन लागत नाही... मूड ठीक नाही... कशातच रस वाटत नाही...' अशी कितीतरी वाक्यं आपण स्वतःशीच बोलत असतो.

नीरज – सर, माझा मूड बिघडला की मी कोणाशीच बोलत नाही. सरळ माझ्या खोलीत जाऊन पडून राहतो. कधी झोपून जातो, तर कधी एखादं पुस्तक घेऊन वाचत बसतो.

एम. डी. – नीरज, प्रत्येक जण मूडशी एकाच पद्धतीने सामना करतो, असं नाही. प्रत्येकाची मनःस्थिती वेगळी असते आणि त्यातून सावरण्याची पद्धतही वेगवेगळी असते.

माणसाची मनःस्थिती म्हणजे त्या क्षणी तो आतून काय अनुभवत आहे, त्याच्या मनात नेमकं काय चाललं आहे, याचं प्रतिबिंब असतं. आणि मनात जे चाललेलं असतं, त्याचाच परिणाम त्याच्या वागण्या-बोलण्यात दिसून येतो. मनात एखादा विचार सतत घोळत असेल किंवा एखादी भावना मनाला पोखरत असेल, तर त्याचा परिणाम प्रत्येकाच्या वागण्यात वेगवेगळ्या प्रकारे दिसून येतो.

कोणी गप्पगप्प होतं, कोणाशी नीट बोलत नाही. तर कुणी सतत चिडचिड करत राहतं. प्रत्येकाशी रागारागाने बोलतं. काही जण जुन्या आठवणींमध्ये हरवून जातात. रडून मन मोकळे करतात आणि त्यानंतर त्यांना थोडं हलकं वाटतं. आणि काही जण... अगदी तुझ्यासारखे.

ते स्वतःला एका खोलीत बंद करून घेतात. त्यांना कोणालाही भेटावंसं वाटत नाही. स्वतःच्या कवचातून बाहेर पडायची त्यांची तयारीच नसते. तू गोगलगाय पहिलीच असशील ना?

नीरज – हो, सर.

एम. डी.– एखाद्याने तिला हलकासा स्पर्श केला, तरी ती क्षणात आपल्या कवचात शिरते. कारण तिला त्यात सुरक्षित वाटतं. तुझंही काहीसं तसंच आहे. मनाला धक्का बसला की तू स्वतःच्या कवचात निघून जातोस. बरोबर ना?

नीरज – हो सर ! (*तो गालातल्या गालात हसला.*)

एम. डी.– (*खळखळून हसत*) असं मनमोकळं हसत जा, नीरज. मूडच्या समस्येवर हसणं हे एखाद्या औषधासारखं काम करतं. मनापासून हसलं की निम्म्याहून अधिक ताण हलका होतो. आपण अनेकदा प्रत्येक गोष्टीकडे नकारात्मक नजरेने पाहण्याची सवय लावून घेतो. म्हणून हसायला कारण असतानाही आपल्याला हसू येत नाही.

काही जण अगदी क्षुल्लक गोष्टीही मनाला लावून घेतात. जिथे मनमोकळं हसायला हवं, तिथेही ते हसू शकत नाहीत. 'लोक काय म्हणतील?' 'आपल्याबद्दल काय विचार करतील?' या विचारांनी ते स्वतःभोवती नकळत एक कवच उभं करतात.

पण खरं सांगू का, नीरज... हसणं हा माणसाचा स्वभावधर्म आहे. तो आपल्याला कुणी शिकवत नाही; तो जन्मतःच आपल्यात असतो. आपण पुन्हा मनापासून हसायला शिकलं पाहिजे. आणि त्याची सुरुवात स्वतःच्या चुकांवर हसण्यापासून करा. समजा, सायकल चालवताना तुम्ही पडलात. मग काय कराल? उठा आणि हसा. लोक हसत असतील, तर त्यांच्यासोबत तुम्हीही हसा. स्वतःलाच गमतीने सांगा, 'ही माझी सायकलवरून उतरण्याची खास स्टाईल आहे!' स्वतःच्या चुकांवर हसायला शिकलात, तर नैराश्य, सततचा खराब मूड आणि चिंतेसारख्या अनेक समस्या हळूहळू दूर होऊ लागतात.

नीरज - हो, सर.

एम. डी. - आता तुला एक छोटा सराव करायचा आहे. दिवसभरात जेव्हा जेव्हा आठवण होईल, तेव्हा दोन-तीन दीर्घ श्वास घे. श्वास सोडताना मनापासून हसायचा प्रयत्न कर, आणि प्रत्येक वेळी तुझं हसू आणखी एक क्षण टिकव. म्हणजे, जरा जास्त वेळ मनमोकळं हस. हा छोटासा सराव तुझी मनःस्थिती बदलायला मदत करेल. त्याहून महत्त्वाचं म्हणजे, मनमोकळं हसण्याची एक चांगली सवय तुला लागेल.

नीरज - सर, ऐकायला थोडं वेगळं वाटतंय... पण मी नक्की प्रयत्न करेन.

एम. डी. - छान. आणखी काही विचारायचं आहे का?

नीरज - सर, मूड बदलण्याची किंवा बिघडण्याची मुख्य कारणं कोणती असू शकतात?

एम. डी.- कारणं तर अनेक असतात. पण आज आपण त्यांपैकी काही महत्त्वाच्या कारणांवर बोलू. हे समजण्यासाठी आपण ४ Vचं उदाहरण घेऊ. जसं चारचाकी वाहनाला चार चाकं असतात, तसं मूडवर परिणाम करणारी चार प्रमुख कारणं आहेत. ती आपण एक-एक करून पाहू.

नीरज - सर, पहिलं कारण कोणतं?

एम. डी.- पहिलं कारण आहे **'वस्तू'**. समज, तुझी बाईक रस्त्यात अचानक बंद पडली, किंवा मोबाईलने काम करणं थांबवलं, अशा वेळी तुझी प्रतिक्रिया काय असेल?

नीरज - मूड लगेच खराब होईल. रागही येईल की, याला आत्ताच बंद पडायचं होतं का!

एम. डी.- अगदी बरोबर. हे फक्त तुझ्याबाबतीत नाही, जवळपास प्रत्येकाच्या बाबतीत घडतं. काही जण तर रागाच्या भरात मोबाईल आपटायला निघतात. पण लगेच भानावर येतात- अरे! एवढा महाग फोन... आयफोन आहे!

नीरज- (*हसत*) हो सर.

एम. डी. - आणखी एक उदाहरण घे. तुला एखाद्या महत्त्वाच्या कार्यक्रमाला जायचं आहे आणि त्याच वेळी गाडी सुरूच होत नाही. कितीही प्रयत्न केले तरी उपयोग होत नाही. मग मनात विचार येतो, आधीच उशीर झाला आहे आणि आता हे नवीन संकट! किंवा फ्रिज, टीव्ही, वॉशिंग मशीन बंद पडणं, अचानक वीज जाणं, थकून भागून घरी आल्यावर लिफ्ट बंद असणं- अशा छोट्या-मोठ्या घटना क्षणात मूड बिघडवतात.

तर मूड बिघडवणारा पहिला 'V' म्हणजे 'वस्तू'. आता दुसऱ्या 'V'कडे वळूया - **व्यक्ती.**

कोणी दिलेलं वचन पाळलं नाही, वरिष्ठांनी तुमच्या मेहनतीची दखल घेतली नाही, जोडीदाराशी वाद झाला, शाळेतून मुलाबद्दल तक्रार आली, कामवाली न सांगता सुट्टीवर गेली... अशा अनेक प्रसंगांमुळे मन अस्वस्थ होणं स्वाभाविक आहे.कधी दुसऱ्यांच्या वागण्यामुळे आपला मूड खराब होतो, तर कधी आपल्या वागण्यामुळे दुसऱ्यांचा.

नीरज - एकदा माझी बाईक घरापासून थोड्याच अंतरावर अचानक बंद पडली. ती ढकलतच घरी आणावी लागली. गल्लीतले जे लोक नेहमी माझी चेष्टा करायचे, त्यांना तर आयतंच कारण मिळालं. ते म्हणू लागले, 'अरे बघा, आज नाराजची गाडीही त्याच्यावर नाराज झाली!' मला खूप राग आला. मीही त्यांना उलटसुलट बोललो.

एम. डी.- बघ, तू पटकन नाराज होतोस, म्हणूनच लोकांना तुला चिडवण्याची संधी मिळते. छोट्या-छोट्या गोष्टींकडे दुर्लक्ष करायला शिक. त्यासाठी एक छोटा मंत्र लक्षात ठेव- दुर्लक्षाय नमः! तो मनात म्हण. हळूहळू लोकांचं चिडवणंही कमी होईल. आणि कोणी चिडवलंच, तर फक्त हसून पुढे निघून जा.

तुला एखाद्याचा राग येतो, तेव्हा तो राग त्या व्यक्तीमध्ये नसतो; तो तुमच्याच मनात दडलेला असतो. ज्या लोकांवर तुम्ही चिडता, ते खरंतर तुमच्या मनात दडलेला राग तुम्हालाच दाखवून देत असतात. ते तुमचे शत्रू नाहीत, तर नकळत तुमचे आरसे बनतात. दुसऱ्यांमुळेच आपल्याला स्वतःचं खरं रूप दिसतं.

खरं तर राग ही मनात साचलेली नकारात्मक ऊर्जा आहे. ती हळूहळू मन आणि शरीर दोन्हीवर परिणाम करते. त्यामुळे तुमच्या रागाची जाणीव करून देणाऱ्यांवर न चिडता, मनोमन त्यांचे आभार माना.

तू समजूतदार आहेस. त्यामुळे भूतकाळात अडकू नकोस. कोणी काही टोमणा मारला, तर त्यालाही हलके-फुलके विनोदी उत्तर दे. उदाहरणार्थ, कोणी विचारलं, 'कधी उडणारा हत्ती पाहिलाय का?' तर हसत म्हण, 'हो ना! आज सकाळीच आमच्या घरासमोरच्या तारेवर एक बसला होता!'

हे बोलून एम. डी. खळखळून हसले. नीरजही अनेक दिवसांनी मनमोकळा हसला.

एम. डी.- प्रत्येक वेळी स्वतःलाच बरोबर सिद्ध करण्याच्या मागे लागू नकोस. स्वतःला सांग- **'नो वादविवाद, ओन्ली धन्यवाद!'** हे लक्षात ठेव. तुझ्या आजूबाजूची प्रत्येक व्यक्ती तुझ्यासाठी एक आरसा आहे. लोकांशी वागताना तुझ्याच मनाचं प्रतिबिंब तुझ्यासमोर येत असतं.

सारांश

१. दुःखद विचारांकडे सतत लक्ष देत राहिलं, तर मन अधिकच खिन्न होतं. त्यामुळे अशा विचारांकडे दुर्लक्ष करण्यात शहाणपण आहे.

२. मन कधी खट्टू होणं स्वाभाविक आहे. पण तो एक इशारा असतो- मनाला थोडं समजून घेण्याची, शांततेची आणि आधाराची गरज आहे.

३. आपण जसा विचार करतो, तसं मन घडत जातं. नकारात्मक विचारांची सतत पुनरावृत्ती केली, तर मनही नकळत नकारात्मक बनतं.

४. मन समजून घ्या, हसण्याला आयुष्यात स्थान द्या. आनंदी आणि संतुलित जीवनाची सुरुवात इथूनच होते.

अध्याय

३

बिघडलेल्या मनःस्थितीची कारणे

नीरजला पहाटेच जाग आली. कॉलेजला जायला अजून बराच वेळ होता. सकाळची थोडी मोकळी हवा अनुभवावी म्हणून त्याने जवळच्या उद्यानात फेरफटका मारायचं ठरवलं.

नीरज पटकन तयार झाला. घरात कुणाची झोपमोड होऊ नये म्हणून अलगद पावलांनी खोलीबाहेर आला, मुख्य दरवाजा हळूच उघडला आणि पायीच उद्यानाच्या दिशेने निघाला. तिथे पोहोचल्यावर त्याला आश्चर्य वाटलं. सकाळी इतकी माणसं चालण्यासाठी, धावण्यासाठी आणि व्यायामासाठी येतात, हे त्याने पहिल्यांदाच पाहिलं.

उद्यानातील एका रिकाम्या बाकावर तो जाऊन बसला. समोरून येणाऱ्या-जाणाऱ्या लोकांकडे, धावणाऱ्यांकडे आणि जॉगिंग करणाऱ्यांकडे तो शांतपणे पाहत राहिला.

साधारण अर्ध्या तासाने त्याच्या परिसरात राहणारे अनुज आणि पवन धावत धावत तिथे आले. घामाने पूर्ण भिजलेले ते दोघे नीरजच्या बाकाजवळ येऊन थांबले. त्याला तिथे पाहून तेही थोडे आश्चर्यचकित झाले.

पवन हसतच म्हणाला, 'काय रे नाराज, काय म्हणतोस? आज पार्कमध्ये? तू इथे कधीपासून यायला लागलास? याआधी तुला इथे कधीच पाहिलं नव्हतं!'

अनुजही त्याच्या शेजारी येऊन बसला. क्षणभर नीरजला वाटलं, हे दोघेही मला चिडवायला आलेत, पण लगेचच त्याला एम. डी. यांचे शब्द आठवले आणि त्याने मन शांत ठेवलं.

नीरजने हलकंसं हसत उत्तर दिलं, 'मी ठीक आहे. आज पहिल्यांदाच या उद्यानात आलोय.'

'अरे वा! हा तर बोलतोही आणि हसतोही!' अनुजने त्याच्या खांद्यावर हात ठेवत मिश्कीलपणे विचारलं, 'एक सांग ना, तू कायम इतका गंभीर चेहरा करून का फिरतोस?'

नीरजकडे उत्तर नव्हतं. तो उठून निघू लागला. 'अरे थांब रे, रागावलास का?' 'सॉरी!' म्हणत अनुजने त्याला परत बाकावर बसवलं.

पवनने प्रेमाने विचारलं, 'तू खूप हुशार दिसतोस. तुला अनेकदा SIT कॉलेजला येता-जाताना पाहिलंय. पण तू नेहमी इतका उदास का असतोस? काही अडचण आहे का? सांग ना, जमलं तर आम्ही मदत करू'.

त्यावर अनुजने नेहमीच्या खोडकरपणे पवनला टोमणा मारला, 'अरे, हा पवन स्वतःच्या भावाचा साधा गणिताचा प्रश्न सोडवू शकत नाही, तुझी समस्या काय सोडवणार! तू ह्याच्या मोठमोठ्या बातांवर विश्वास ठेवू नकोस नीरज'.

'थांब, तुला दाखवतोच!' असं म्हणत पवनने जवळची एक बारीक फांदी उचलली आणि अनुजच्या मागे धावला. अनुजही हसत पळू लागला.

हे सगळं इतकं अचानक घडलं की नीरजला नकळत हसू आलं. कित्येक दिवसांनी तो मनापासून हसला. काही क्षण शांत बसून त्याने उद्यानाचं सौंदर्य अनुभवलं आणि काही वेळाने तो बाहेर पडला.

बाहेर येताच त्याला ते दोघे अजूनही गप्पा मारत हसताना, एकमेकांना चिडवताना दिसले. पवनने विचारलं, 'कुठे निघालास? चल आमच्याबरोबर, समोर चहा पिऊया'.

नीरज म्हणाला, 'मी चहा पित नाही'.

अनुज लगेच म्हणाला, 'काही हरकत नाही, मग तुझ्यासाठी कॉफी!'

तिघे जवळच्या चहाच्या टपरीवर गेले. दोघांनी चहा मागवला आणि नीरजसाठी कॉफी. संपूर्ण वेळ त्यांचे हसत-खेळत एकमेकांची टर उडवणे सुरूच होते.

नीरजला त्यांचा सहवास आवडत होता. अनेक दिवसांनी त्याला मन हलकं झाल्यासारखं वाटलं. त्याहूनही जास्त आश्चर्य म्हणजे, त्याच्या कॉफीचे पैसेही पवननेच दिले. त्याला प्रथमच कोणीतरी इतक्या आपुलकीने आपल्यात सामावून घेत असल्याची ऊब जाणवली. कॉफीचे पैसे पवनने दिले, एवढंच नव्हे तर तो आपल्या जुन्या स्कूटरवरून नीरजला घरापर्यंतही सोडून गेला. ज्यांनी आजवर त्याला सतत चिडवलं होतं, तेच आज इतक्या आपुलकीने वागत होते. नीरजला याचं आश्चर्यही वाटत होतं आणि आनंदही.

त्या दिवसानंतर त्याचं आपल्या परिसरातील मुलांबद्दलचं मत बदलायला सुरुवात झाली. हे तितकेही वाईट नाहीत जितके मी समजत होतो; कदाचित माझ्याच मनात काहीतरी गैरसमज होता, असा विचार करत तो घरात शिरला.

बऱ्याच दिवसांनी त्या सकाळी नीरज नाश्त्यासाठी सर्वांसोबत टेबलावर बसला. त्याच्या चेहऱ्यावरचं हलकंसं हास्य घरच्यांच्या नजरेतून सुटलं नाही. त्याची आत्या हसत म्हणाली, 'अरे वा! आज सूर्य कुठून उगवला? तू तर नेहमी खोलीतच नाश्ता करायचास. आज काही खास आहे का?'

नीरज हसत म्हणाला, 'काही खास नाही आत्या, फक्त आज असं वाटलं'. नाश्ता करून तो कॉलेजला गेला.

पहिल्या पाच तासांना उपस्थित राहिला. त्यानंतर ग्रंथालयातून काही पुस्तकं घेतली आणि एम.डी. सरांच्या कार्यालयाबाहेर त्यांची वाट पाहू लागला. सुमारे वीस मिनिटांनी सर आले आणि दोघे आत जाऊन बसले.

एम. डी. - काय नीरज, आता कसं वाटतंय?

नीरज - सर, आधीपेक्षा खूप बरं. मूडमधल्या चढ-उतारांवर थोडा ताबा मिळायला लागलाय. मी तुमची काही पुस्तकंही वाचली आहेत -तणाव, चिंता, राग, कंटाळा यांवरची. त्यातून विचार करण्याची नवी दिशा मिळाली. पूर्वी तणाव, राग किंवा चिंता हेच आयुष्याचा भाग वाटायचे; आता त्यांची गरजच उरलेली नाही, असं जाणवतं.

एम. डी.- छान! मग आज कोणता प्रश्न घेऊन आलायस?

नीरज - सर, मागच्या वेळी तुम्ही मूड खराब होण्याची दोन कारणं सांगितली होती आणि ती फोर-व्हीलरच्या उदाहरणातून समजावून सांगितली होती. उरलेली कारणंही आज समजावून सांगाल का?

एम. डी.– ठीक आहे. आता उरलेल्या कारणांबद्दल बोलूया. फोर–व्हीलरचं तिसरं चाक म्हणजे तिसरा 'V' आहे **'व्यवसाय'**.

व्यवसायात चढ–उतार हे कायमच येत असतात. बाजारातील मागणी कमी–जास्त होणं, आर्थिक मंदी, बँकिंग क्षेत्रातील संकटं, सरकारी धोरणांतील बदल, महागाई अशा अनेक गोष्टींचा थेट परिणाम व्यवसायावर होतो. त्यामुळे व्यापाऱ्याचं मन अनेकदा अस्थिर आणि तणावग्रस्त राहतं.

शेअर बाजारही याचाच एक भाग आहे. तिथे हजारो गुंतवणूकदार आपले पैसे गुंतवतात. कधी बाजार झपाट्याने वर जातो, तर कधी अचानक कोसळतो. एखादी वाईट घटना किंवा युद्धासारखी परिस्थिती निर्माण झाली की, पैसा बुडण्याची भीती वाढते. त्यामुळे गुंतवणूकदार सतत चिंता, तणाव आणि असुरक्षिततेत जगत असतात.

अशा वेळी मन शांत ठेवणं अत्यंत महत्त्वाचं आहे. घाईघाईने घेतलेले निर्णय नुकसानकारक ठरू शकतात. बाजारातील चढ–उतार टाळता येत नाहीत; पण संयम आणि शहाणपणाने निर्णय घेणं आपल्या हातात असतं. ज्याचं मन स्थिर असतं, त्याचा मूडही स्थिर राहतो आणि तो तणावापासून स्वतःचं रक्षण करू शकतो.

एम. डी. – आता चौथ्या कारणाकडे वळूया– हा 'V' आहे **'वातावरण'** आणि त्यानंतर येणारे 'आजार.' आधी वातावरणाबद्दल बोलू.

नीरज – हो सर.

एम. डी.– आपल्या मनःस्थितीचा आणि आजूबाजूच्या वातावरणाचा खूप जवळचा संबंध असतो. स्वच्छ, नीटनेटकं, सकारात्मक आणि शांत वातावरण मनालाही प्रसन्न ठेवतं. मग ते घर असो किंवा कामाचं ठिकाण– अशा जागेत राहायला प्रत्येकालाच आवडतं.

वातावरणात ऋतू आणि हवामानाचाही समावेश होतो. ऋतू बदलणं नैसर्गिक आहे; पण प्रत्येक जण त्या बदलाशी सहज जुळवून घेऊ शकत नाही. काही लोकांना पावसाळा, कडाक्याची थंडी, धुकं किंवा सततचं ढगाळ वातावरण यामुळे उदासी, निराशा किंवा नैराश्याची लक्षणं जाणवू लागतात. म्हणजेच, कधी कधी आपल्या मूडमागचं कारण आपल्या मनात नसतं; ते आपल्या आजूबाजूच्या वातावरणातही दडलेलं असू शकतं. अशा वेळी कारण ओळखून त्यानुसार स्वतःची काळजी घेणं हीच योग्य दिशा ठरते.

नीरज – बरोबर आहे सर. मला पावसाळा फारसा आवडत नाही. चिखल, घसरडे रस्ते पाहिले की बाहेर पडायचीही इच्छा होत नाही. अशा वातावरणात माझा मूडही नकळत उदास होतो.

एम. डी.– बरोबर. आता आपण येऊया– **आजारपणाकडे**.

शारीरिक आजारांचा मनावर खोल परिणाम होतो. एखादी व्यक्ती बराच काळ वेदना किंवा त्रास सहन करत असेल, तर त्याचा परिणाम तिच्या मनःस्थितीवर होणं स्वाभाविक आहे. शरीरासोबत मनही थकून जातं आणि मूड अस्थिर होतो.

खरं तर माणूस स्वतःच्या शरीराशी इतका एकरूप झालेला असतो की, 'मी म्हणजे हे शरीरच' अशी त्याची धारणा बनते. त्यामुळे शरीराला काही झालं की तो ते 'मलाच झालं' असं मानतो. हीच समजूत अनेकदा दुःख अधिक वाढवते.

'मी आजारी आहे, मला खूप वेदना होत आहेत, मी आता पूर्वीसारखा राहणार नाही' असे सततचे विचार त्या व्यक्तीचं मानसिक ओझं वाढवत राहतात. त्यामुळे चिडचिड, राग आणि अस्वस्थता वाढू लागते.

याचा परिणाम फक्त त्या व्यक्तीवरच नाही, तर तिच्या आसपासच्या लोकांवरही होतो. तिच्या नकारात्मक मनःस्थितीचा प्रभाव घरातील वातावरणावर पडतो.

याशिवायही मूड बदलण्याची अनेक लहान–मोठी कारणं असू शकतात. पण आजसाठी ही एवढी कारणं समजून घेणं पुरेसं आहे.

नीरज – हो सर. आजच्या चर्चेवर मी नक्कीच शांतपणे विचार करेन.

सारांश

१. आपल्या आजूबाजूचे लोक, त्यांचं वागणं आणि अचानक घडणाऱ्या घटना आपल्या मनःस्थितीवर परिणाम करू शकतात.

२. ज्यांना आपण नकारात्मक समजतो, तेच कधी कधी आपल्या आयुष्यात सकारात्मक बदल घडवून आणण्याचे कारण ठरतात.

३. स्वच्छ, शांत आणि प्रसन्न वातावरण मन हलकं करतं; तर अस्वच्छ परिसर, पावसाळी, ढगाळ हवामान मनावर नकारात्मक परिणाम करू शकतं.

४. ‘स्वतःला केवळ शरीर समजणं’ ही धारणा मानसिक दुःख अनेक पटींनी वाढवते.

५. अनेकदा समस्येचे उत्तर बाहेर नसून ते स्वतःच्या मनाचा आणि अंतर्मनाचा योग्य अभ्यास करण्यात दडलेलं असतं.

अध्याय

४

सजग मन आणि सकारात्मक जीवन

नेहमीप्रमाणे त्या दिवशीही नीरज कॉलेजला जाण्यापूर्वी घराच्या गच्चीवर फिरत होता. फिरता फिरता तो एम. डी. सरांबरोबर झालेल्या चर्चेचा विचार करत होता. त्याने आपल्या डायरीत लिहून ठेवलेल्या नोंदी पुन्हा वाचल्या आणि त्या वाचताच त्याच्या चेहऱ्यावर हलकंसं स्मित उमटलं. आजही सरांना भेटून पुढील विषय समजून घ्यायचा होता. मूडशी संबंधित समस्या पूर्णपणे दूर करून अधिक आनंदी जीवन जगण्याचा त्याचा निर्धार होता.

कॉलेजला जाण्यासाठी तो घराबाहेर पडला. वाटेत त्याला अनुज आणि पवन भेटले. नीरजने त्यांच्याकडे बघून हसला आणि पुढे निघाला. कॉलेजमध्ये सर्व लेक्चर्स संपल्यावर तो एम. डी. सरांना भेटण्यासाठी त्यांच्या केबिनच्या बाहेर जाऊन थांबला. त्याचा संदेश मिळताच सरांनी त्याला आत बोलावलं.

एम. डी. – ये नीरज, बस. मागच्या वेळी आपण मूडबद्दल जे बोललो होतो, त्याचा काही उपयोग झाला का?

नीरज – हो सर. आपण मूड बिघडण्याच्या बाह्य कारणांबद्दल जे समजावलं होतं, ते मी माझ्या डायरीत लिहून ठेवलं आहे. नंतर त्यावर शांतपणे विचार केला. त्यामुळे माझा मूड नेमका कशामुळे बिघडतो आणि माझ्याकडून कुठे चुका होतात, हे मला हळूहळू लक्षात यायला लागलं. आता छोट्या-छोट्या गोष्टींवर चिडणं किंवा शांत

बसून राहणं खूप कमी झालं आहे. अनेक प्रसंगी मी संयमाने वागू लागलो आहे.

एम. डी. – छान! हे ऐकून आनंद झाला.

नीरज – काही दिवसांपूर्वी पार्कमध्ये आमच्या परिसरातील दोन मुलं भेटली. आधीसारखी ती मला पुन्हा त्रास देतील, असं वाटलं होतं, पण तुम्ही सांगितल्याप्रमाणे मी त्यांच्याशी शांतपणे बोललो. आश्चर्य म्हणजे त्यांचं वागणंच बदललं. आता ते भेटले की हसून बोलतात. त्यांना पाहून इतर लोकांचाही माझ्याकडे पाहण्याचा दृष्टिकोन बदलला. जे आधी मला 'नाराज' म्हणून चिडवायचे, वाट अडवायचे, तेच आज मैत्रीचा हात पुढे करत आहेत.

एम. डी. – खूप छान! म्हणजे योग्य दिशेने बदल सुरू झाला आहे. आता सांग, आज कोणत्या विषयावर चर्चा करायची आहे?

नीरज – सर, आज मला मूड बिघडण्यासाठी अंतर्मनातील कोणती कारणं जबाबदार असतात आणि त्यातून बाहेर कसं पडायचं, हे समजून घ्यायचं आहे.

एम. डी. – ठीक आहे. चल, बाहेर बागेत फेरफटका मारत बोलूया.

दोघेही लॉनमध्ये आले. आजूबाजूला रंगीबेरंगी फुलांनी बहरलेली छोटी-छोटी झाडं होती. माळी त्यांची नियमित काळजी घेत होता. वेळेवर पाणी, खत देत होता आणि मध्येच उगवणारे तण, काटेरी झाडं काढून टाकत होता. कारण ती झाडांच्या अन्नद्रव्यांवर ताबा मिळवतात आणि मुख्य झाडांची वाढ खुंटवतात.

आता कल्पना कर, हा माळी काही दिवस सुट्टीवर गेला आणि त्याच्या जागी आलेल्या माणसाने झाडांकडे लक्षच दिलं नाही, तर काय होईल? काही दिवसांत आजूबाजूला काटेरी झुडपं उगवतील आणि इतर उपयुक्त रोपांची वाढ खुंटेल. म्हणून जमीन सुपीक ठेवायची असेल, तर वेळोवेळी तण काढणं गरजेचं असतं. अनावश्यक गवत बाजूला केलं की चांगल्या रोपांना वाढायला पुरेशी जागा मिळते आणि पाण्याचाही योग्य उपयोग होतो. हो ना नीरज?

हीच बाब आता आपल्या मनाच्या बाबतीत पडताळून पाहा... या उदाहरणात 'पाणी' म्हणजे काय? – पाणी म्हणजे आपलं लक्ष, आपली सजगता किंवा जाणीव. आपल्या विचारांचंही अगदी असंच असतं. सांग बरं, आपलं लक्ष कोणत्या विचारांवर केंद्रित व्हायला हवं?

नीरज – मला वाटतं, सकारात्मक आणि मनाला आनंद देणाऱ्या विचारांवर.

एम. डी.- अगदी बरोबर. सर्जनशील, शांतता देणाऱ्या, आरोग्यदायी आणि आनंददायी विचारांकडेच आपण लक्ष दिलं पाहिजे; दुःख, ताण, चिंता अशा काटेरी विचारांकडे नाही. मनात कुजत पडलेल्या विचारांचा उपयोग तरी काय? त्यांना मनात साठवून ठेवण्यापेक्षा वेळेवर सोडून देणंच शहाणपणाचं. नकारात्मक विचारांवर पुन्हा पुन्हा लक्ष देण्याऐवजी त्यांच्याकडून लक्ष हळूहळू दुसरीकडे वळवायला शिकलं पाहिजे.

हेच आणखी एका उदाहरणातून समजून घे.

समजा, तू एखाद्या कामात पूर्ण गुंतलेला आहेस. अचानक भूतकाळातील एखादी घटना आठवते. तुमचं लक्ष त्या आठवणीकडे जातं आणि क्षणात मनात दुःखद भावना जागी होते. असं कधी तुझ्याबाबतीत घडलं आहे का?

नीरज - हो सर, अनेकदा.

एम. डी. - आपल्या मेंदूत असंख्य आठवणी दडलेल्या असतात. त्या नेमक्या कधी वर येतील, हे कुणी सांगू शकत नाही. पण अडचण आठवण येण्यात नसते; अडचण तेव्हा सुरू होते, जेव्हा आपलं लक्ष तिच्यावर केंद्रित होतं. ज्या क्षणी लक्ष त्या आठवणीकडे वळतं, त्याच क्षणी त्या प्रसंगाशी निगडित असलेल्या भावना पुन्हा जाग्या होतात. विचार आणि भावना बहुतेक वेळा एकत्रच येतात आणि आपल्या मनःस्थितीवर त्यांचाच प्रभाव पडतो.

जरा विचार कर, एखादी व्यक्ती शांत बसलेली असताना अचानक उदास का होते? त्यामागे अनेकदा एखादी जुनी, वेदनादायी आठवण असते. ती आठवण मनात तरळते आणि तिच्याबरोबरच्या भावना पुन्हा जाग्या होतात...

समजा, त्या जुन्या आठवणी जाग्या झाल्या आणि त्यांच्यासोबत दुःखाच्या तीव्र भावनादेखील उसळल्या, डोळ्यांत अश्रू तरळले; पण मग जरा असा विचार कर- ती घटना तर कित्येक वर्षांपूर्वीची होती. आज त्या प्रसंगाशी तुमचा प्रत्यक्ष काहीही संबंध नाही. तरीही त्या एका आठवणीने वर्तमान क्षण हिरावून घेतला; मनातली प्रसन्नता नाहीशी केली. गंमत म्हणजे काही क्षणांपूर्वी तू अगदी खेळकर आणि आनंदी होतास आणि एका विचाराने सगळं चित्र बदलून गेलं.

अशा वेळी नेमकं काय करायला हवं होतं? त्या काटेरी झुडपांना- म्हणजे दुःखद आठवणींना- आपल्या जाणिवेचं म्हणजेच आपल्या अटेन्शनचं पाणी घालायला नको होतं, म्हणजेच त्या विचारांकडे दुर्लक्ष करायला हवं होतं. त्या विचारांवर मन

रेंगाळू द्यायला नको होतं; शांतपणे त्यावरून लक्ष दुसरीकडे वळवायला हवं होतं.

तुमच्या आयुष्याकडे बारकाईने पाहिलंत, तर लक्षात येईल की अशा घटना एकदाच घडत नाहीत. नकळत आपण अनेकदा विचारांच्या, भावनांच्या आणि बदलत्या मनःस्थितीच्या भोवऱ्यात अडकत असतो. विशेष म्हणजे आपल्याला त्याची चाहूलही लागत नाही. कधी रागाच्या रूपाने, कधी नैराश्याच्या, कधी ताणतणावाच्या किंवा चिंतेच्या वेशात हे विचार मनात प्रवेश करतात आणि आपल्या मनःशांतीची चोरी करून जातात. आपण वेळेवर जागे झालो नाही, तर हीच भावनिक सवय हळूहळू आपल्या स्वभावाचा भाग बनते आणि मन कायम नकारात्मकतेकडे झुकू लागतं.

हे नेहमी लक्षात ठेव– विचार आणि भावना यांचं अतूट नातं असतं. विचारांतून भावना जन्म घेतात, आणि त्या भावनाच आपली मनःस्थिती घडवतात किंवा बिघडवतात. म्हणूनच सजग राहणं अत्यंत आवश्यक आहे. नकळत नकारात्मक विचारांवर लक्ष केंद्रित करण्याची चूक करू नका. कारण आपण ज्या विचारांना महत्त्व देतो, तेच विचार अधिकाधिक बळकट होत जातात.

आजपासून एक ठाम निर्णय घे. मनातील चुकीच्या, नकारात्मक विचारांकडे दुर्लक्ष करायचं. अशा विचारांपासून मनाला जाणीवपूर्वक लांब ठेवण्याचा सराव करायचा. त्याऐवजी सुंदर, निरोगी, सर्जनशील आणि आनंद देणाऱ्या विचारांनाच मनात स्थान द्यायचं. पटतंय ना?

नीरज – हो सर! मनापासून धन्यवाद. झाडं, रोपं आणि काटेरी झुडपांचं हे उदाहरण इतकं चपखल आणि प्रभावी होतं, की संपूर्ण विषय माझ्या मनात अगदी स्पष्ट झाला.
एम. डी. – छान. आता तुला एक विनोद सांगतो. एक मालक आपल्या मंगलू नावाच्या नोकराशी काय बोलतो ते ऐक.

मालक – अरे मंगलू! कुठे आहेस रे?

मंगलू – आलो मालक! सांगा, काय काम आहे?

मालक – अरे मंगलू, आज झाडांना पाणी का घातलं नाहीस?

मंगलू – मालक, इतका मुसळधार पाऊस पडत होता की...

मालक – मग काय झालं? छत्री घेऊन पाणी घालता आलं नसतं का? कामचुकार कुठला... काम टाळण्यासाठी फक्त सबबी शोधतो..

(हा विनोद ऐकताच नीरज खळखळून हसू लागला. एम. डी.ही हसले; पण त्या हसण्यातून त्यांनी एक अत्यंत मोलाचा जीवनधडा दिला.)

एम. डी. – नीरज, ही गोष्ट कायम लक्षात ठेव. वातावरण, परिस्थिती किंवा बाहेर घडणाऱ्या घटना आपल्या हातात नसतात, पण त्या परिस्थितीला आपण कसा प्रतिसाद देतो, काय विचार करतो आणि कशी कृती करतो, हे मात्र पूर्णपणे आपल्या हातात असतं. खरी ताकद परिस्थिती बदलण्यात नाही; तर परिस्थिती कशीही असली तरी मनाचा समतोल राखत, सकारात्मक दृष्टिकोन ठेवत कृतिशील राहण्यात आहे.

सारांश

१. आपली मनःस्थिती परिस्थितीमुळे घडत नाही; त्या परिस्थितीवर आपण किती आणि कसे लक्ष केंद्रित करतो, यावर ती अवलंबून असते.

२. विचार + जाणीव = भावना. आणि आपल्या भावना ठरवतात की आपला दिवस आनंदी जाणार की उदास.

३. नकारात्मक विचारांना बळ मिळतं ते आपल्या त्यावर लक्ष केंद्रित केल्यामुळे. आपण त्यांच्याकडे दुर्लक्ष केलं की त्यांची ताकदही हळूहळू कमी होते.

४. सजग राहणं म्हणजे मनावर जबरदस्तीने नियंत्रण ठेवणं नव्हे; तर प्रत्येक क्षणी कोणत्या विचारांना महत्त्व द्यायचं, याची जाणीवपूर्वक योग्य निवड करणं होय.

अध्याय

५

मूड सुधारणारे मित्र

नेहमीप्रमाणे नीरज आजही कॉलेजला वेळेआधीच पोहोचला होता. पण आज त्याच्या चेहऱ्यावर वेगळाच उत्साह झळकत होता. आजच्या लेक्चरमध्ये एम. डी. सर आपला मूड घडवणारे किंवा बिघडवणारे हार्मोन्स या विषयावर बोलणार होते. त्या विषयाची त्याला प्रचंड उत्सुकता होती.

तो वर्गात जाऊन अगदी पुढच्या बाकावर बसला. दहा-पंधरा मिनिटांत वर्ग विद्यार्थ्यांनी खचाखच भरला. सगळेच सरांची आतुरतेने वाट पाहत होते. एम. डी. वर्गात येताच सर्व विद्यार्थी एकदम उभे राहिले.

गुड मॉर्निंग, सर!

एकसुरात झालेल्या त्या अभिवादनाला एम. डी. यांनीही हसतमुखाने प्रतिसाद दिला. नेहमी गोंधळ घालणारे विद्यार्थीही आज आश्चर्यकारकरीत्या शांत, एकाग्र आणि उत्सुक दिसत होते. वातावरणात एक वेगळीच सकारात्मक ऊर्जा जाणवत होती. सरांनी वर्गाकडे समाधानाने पाहिले आणि लेक्चरला सुरुवात केली.

एम. डी. - आज मी तुम्हाला काही खास मित्रांची ओळख करून देणार आहे. हे असे मित्र आहेत, जे दिसत नाहीत; पण तुमचा मूड, तुमच्या भावना आणि तुमचं आयुष्य यांच्यावर रोजच प्रभाव टाकत असतात. तर सांगा, या मित्रांना भेटायला तयार आहात ना?

सर्व विद्यार्थी (*एकाच आवाजात*) – हो सर, नक्की!

एम. डी. – हे मित्र प्रत्येक क्षणी तुमच्या सोबत असतात. तुम्ही त्यांना पाहू शकत नाही, पण त्यांच्या परिणामांपासून कधीच दूर राहू शकत नाही. त्यांना 'फील-गुड हार्मोन्स' किंवा 'हॅपी हार्मोन्स' असंही म्हटलं जातं. आता तुम्हाला नक्की उत्सुकता लागली असेल की हे मित्र कोण आहेत?

हे हार्मोन्स आपल्या शरीरात आणि मेंदूत अशी रसायनं निर्माण करतात, ज्यामुळे आपल्याला आनंद, समाधान आणि मनाच्या हलकेपणाची जाणीव होते. तणाव कमी करण्यात आणि मन प्रसन्न ठेवण्यात त्यांचा मोठा वाटा असतो.

तुमच्या या चार मित्रांची आठवण राहावी म्हणून मी त्यांना 'DOST' (दोस्त) हे नाव दिलं आहे.

D (डी) – यशाची, कर्तृत्वाची आनंददायी जाणीव

O (ओ) – मनःशांती, समतोल आणि स्थैर्य

S (एस) – प्रेम, जिव्हाळा आणि आपलेपणाची ऊब

T (टी) – हसू, आनंद आणि कृतज्ञतेची भावना

चला, आता यातील प्रत्येक मित्राची ओळख करून घेऊया.

पहिला मित्र – डी (D) म्हणजे **डोपामाईन**

डोपामाईनला 'रिवॉर्ड हार्मोन' असंही म्हणतात. एखादं काम मनापासून करून ते पूर्ण झालं की जी समाधानाची लहर मनातून उमटते, ती डोपामाईनमुळेच. आपल्या प्रयत्नांसाठी मेंदूकडून मिळणारं जणू हे छोटंसं बक्षीस असतं. म्हणूनच खेळणं, आवडीचं काम करणं, एखादं उद्दिष्ट पूर्ण करणं किंवा मनोरंजनाचा आनंद घेणं- या सगळ्या गोष्टींमुळे डोपामाईन स्रवतं आणि आपल्याला छान वाटतं.

मात्र प्रत्येक गोष्टीप्रमाणे यालाही एक मर्यादा आहे.

आजकाल मोबाईलवर सतत रील्स पाहणं किंवा अखंड स्क्रोल करत राहणं, यामुळेही डोपामाईन वारंवार स्रवत राहतं. सुरुवातीला ते आनंददायी वाटतं; पण हळूहळू त्याचं व्यसन जडू लागतं. काही मिनिटांसाठी हातात घेतलेला मोबाईल तासन्तास हातातून सुटत नाही. थोडा वेळ पाहून समाधान मिळत नाही; अजून पाहावंसं वाटत राहतं. याचाच अर्थ डोपामाईनचा डोस वाढत जातो आणि नकळत

माणूस अनेक तास, कधी कधी पूर्ण दिवसही, त्या आभासी जगात हरवून बसतो.

यामुळे डोपामाईन अधिक प्रमाणात स्रवतं. परिणामी काय होतं माहीत आहे का? डोपामाईनच्या ओव्हरडोसमुळे मेंदू आणि शरीर दोघांचंही खूप नुकसान होतं.

दुसरा मित्र - ओ (O) ऑक्सिटोसिन

एम. डी. - आता भेटूया आपल्या दुसऱ्या मित्राला - ऑक्सिटोसिनला.

ऑक्सिटोसिन म्हणजे विश्वास, आपलेपणा आणि जिव्हाळा निर्माण करणारे संप्रेरक. जेव्हा कोणी तुमच्यावर मनापासून विश्वास ठेवतो, कोणी तुमच्याशी प्रेमाने वागतो, कोणी तुम्हाला किंवा तुम्ही एखाद्याला प्रेमानी मिठी मारता किंवा एकदुसऱ्याच्या सुख-दुःखात सहभागी होता, तेव्हा मेंदूमध्ये ऑक्सिटोसिनची निर्मिती वाढते.

याच कारणामुळे अनेक संशोधनांमध्ये असे आढळून आले आहे की, प्रेमळ नाती जपणारे, कुटुंबीय आणि मित्रांशी मनमोकळेपणाने जोडले गेलेले लोक मानसिकदृष्ट्या अधिक स्थिर आणि आनंदी असतात. ऑक्सिटोसिन केवळ मनालाच शांत करत नाही, तर शरीरातील ताण कमी करण्यासही मदत करते. मात्र आजकालच्या धावपळीच्या जीवनात अनेकांना माणसांपेक्षा मोबाईल, काम किंवा एकटेपणा अधिक जवळचा वाटू लागला आहे. त्यामुळे नात्यांतील ऊब कमी होत जाते आणि ऑक्सिटोसिनचा नैसर्गिक स्रावही घटतो. यामुळे अतिकाळजी आणि नैराश्याचे प्रमाण वाढू लागले आहे.

तिसरा मित्र - एस (S) सेरोटोनिन

एम. डी. - आता आपल्या तिसऱ्या मित्राची ओळख करून घेऊया - सेरोटोनिन.

सेरोटोनिन हे मनाला स्थैर्य देणारे संप्रेरक आहे. ते तुमचा मूड आणि मेमरी (स्मरणशक्ती) दोन्ही संतुलित ठेवते. म्हणून ह्याला मूड स्टॅबिलायझर असेही म्हणतात. मन प्रसन्न ठेवणे, भावनांचा समतोल राखणे, आत्मविश्वास वाढवणे आणि समाधानाची भावना निर्माण करणे, ही त्याची महत्त्वाची कामे आहेत.

सकाळचा सूर्यप्रकाश, नियमित व्यायाम, ध्यान, निसर्गात फेरफटका, पुरेशी झोप आणि कृतज्ञतेची भावना - या सगळ्या गोष्टी सेरोटोनिनची पातळी वाढवतात.

म्हणूनच ज्यांच्या आयुष्यात या सवयी असतात, त्यांना छोट्या-छोट्या गोष्टींमध्येही आनंद सापडतो. उलट, सतत ताण, अपुरी झोप, एकाकीपणा किंवा

नकारात्मक विचार यांमुळे सेरोटोनिनचे प्रमाण कमी होऊ शकते. एकदा विचार करा... सकाळी उठल्यापासून आपण टीव्हीवरील नकारात्मक बातम्या, सोशल मीडियावरील वाद, हिंसा, भीती आणि अस्वस्थता निर्माण करणारे व्हिडिओ पाहत राहिलो, तर त्याचा नकारात्मक परिणाम आपल्या मनावर होणारच ना? सतत अशा वातावरणात राहिल्याने मनावर नकळत ताण साचत जातो. मन खट्टू होते, चिंता वाढते आणि सेरोटोनिनचा नैसर्गिक समतोलही बिघडू लागतो. परिणामी नैराश्य येऊन आपल्या मेंदूमधील सेरोटोनीनची पातळी कमी होऊ लागते.

आज अनेक जण नैराश्याने ग्रस्त आहेत. त्यामागे इतरही अनेक कारणे असली, तरी मेंदूमधील सेरोटोनिनचे असंतुलन हे त्यातील एक महत्त्वाचे कारण मानले जाते. म्हणूनच नैराश्याने ग्रस्त रुग्णांना डॉक्टर काही वेळा अशा औषधांचा सल्ला देतात, जी सेरोटोनिनची पातळी संतुलित ठेवण्यास मदत करतात.

पण औषधांपेक्षाही अधिक महत्त्वाच्या असतात आपल्या रोजच्या सवयी. म्हणून दिवसाच्या सुरुवातीला आपण काय पाहतो, काय ऐकतो आणि कोणत्या विचारांना मनात स्थान देतो, यावरही आपला मूड अवलंबून असतो.

चौथा मित्र – टी (T) : द एंड – एन्डॉर्फिन्स

एम. डी. –आता भेटूया आपल्या चौथ्या मित्राला – एंडॉर्फिनला.

शेवटचा 'टी' म्हणजे The end या शब्दासोबत एंडॉर्फिन लक्षात ठेवायला सोपं जाईल. हा शरीरानेच तयार केलेला नैसर्गिक वेदनाशामक आहे. म्हणूनच त्याला 'नॅचरल पेनकिलर' असेही म्हणतात. शरीराला वेदना झाल्या, ताण वाढला किंवा एखाद्या कठीण प्रसंगाला सामोरे जावे लागले, की मेंदू एंडॉर्फिनची निर्मिती करतो. त्यामुळे वेदनांची तीव्रता कमी जाणवते आणि मनालाही हलके वाटते.

फक्त एवढेच नाही, तर मनसोक्त हसणे, नियमित व्यायाम, नृत्य, संगीत, आवडीचे अन्न आणि ध्यानधारणा यांमुळेही एंडॉर्फिनची निर्मिती वाढते. म्हणूनच या गोष्टी केल्यानंतर नकळत मन प्रसन्न होते, उत्साह वाढतो.

एंडॉर्फिन म्हणजे शरीराचा वेदनांशी लढणारा निःशब्द साथीदार. अनेकांनी मोठ्या आजारांवर मात करताना सकारात्मक मनोवृत्ती, हास्य आणि नियमित व्यायाम यांच्या बळावर मिळालेल्या ऊर्जेचा अनुभव घेतलेला असतो. त्यामागे या मित्राचाही मोठा वाटा असतो.

मेलाटोनिन

आता आणखी एका महत्त्वाच्या संप्रेरकाची ओळख करून घेऊया- मेलाटोनिन.

रात्र होते, सभोवतालचा प्रकाश कमी होतो आणि आपण झोपेची तयारी करतो, तेव्हा मेंदूमध्ये मेलाटोनिन तयार होऊ लागते. आपल्या जैविक घड्याळाचे नियमन करणारे हे संप्रेरक शांत, गाढ आणि समाधानकारक झोप मिळवून देण्यात महत्त्वाची भूमिका बजावते.

झोप लागणे हेच त्याचे एकमेव काम नाही. आपण गाढ झोपेत असताना दिवसभराच्या धावपळीत शरीराच्या पेशींना झालेली झीज भरून काढणे, त्यांची दुरुस्ती करणे आणि शरीराला नवचैतन्य देणे, हे कामही मेलाटोनिनच्या मदतीनेच घडत असते.

परंतु आज अनेकांची एक सवय या मित्राच्या आड येते. अंथरुणावर पडल्यावरही मोबाईलची स्क्रीन सुरूच असते. तासन्‌तास सोशल मीडियावर स्क्रोल करत राहतात आणि झोप मात्र लांब जाते. स्क्रीनमधून येणारा निळसर प्रकाश मेंदूला अजून दिवस असल्याचा भास निर्माण करतो. परिणामी मेलाटोनिनची निर्मिती मंदावते.

याचा परिणाम दुसऱ्याच दिवशी जाणवू लागतो. शरीर थकलेले असते, मन ताजेतवाने होत नाही, कामात लक्ष लागत नाही आणि दिवसभर आळस जाणवतो. कारण रात्री शरीराला स्वतःची देखभाल- दुरुस्ती करण्यासाठी पुरेसा वेळच मिळालेला नसतो.

झोपेचा अभाव किती मोठी किंमत मोजायला लावू शकतो, याची आपल्याला अनेकदा जाणीवही नसते. सतत अपुरी झोप घेत राहिल्यास स्मरणशक्ती, एकाग्रता आणि मानसिक आरोग्यावर त्याचा विपरीत परिणाम होऊ शकतो. म्हणून एक साधी सवय लावा- अंथरुणात शिरल्यावर मोबाईलची स्क्रीन बंद करा. डोळ्यांवर प्रकाश पडला की मेलाटोनिनची निर्मिती कमी होते. चांगली झोप ही चैनीची गोष्ट नाही; ती निरोगी मन आणि शरीरासाठी अत्यावश्यक गरज आहे. लोक नकळत या चुकीच्या सवयीचे बळी ठरत आहेत. पुढे जाऊन झोप येण्यासाठी त्यांनाच मेलाटोनिनच्या गोळ्यांचा आधार घ्यावा लागू शकतो.

आता सांगा बरं, आपल्या एखाद्या जिवलग मित्रावर तुम्ही असा अन्याय कराल का?

सर्व विद्यार्थी (*एकाच आवाजात*) – नाही सर!

एम. डी. – मग मेलाटोनिनशी अशी बेइमानी का करता? तो तुमचा अतिशय विश्वासू मित्र आहे. दररोज तुमच्यासाठी निःशब्दपणे महत्त्वाचं काम करत असतो. त्याच्याशी मैत्री जपा. झोपेची किंमत ओळखा आणि झोपेशी खेळ करणाऱ्या सवयींना आजच रामराम ठोका.

आणखी एक गोष्ट लक्षात ठेवा. मनात नकारात्मक दृश्ये, भीती किंवा अस्वस्थ करणारे अनुभव साठवून ठेवू नका. ते नकळत तुमचा मूड खराब करतात. त्यांना मनातून वेळेवर सोडून द्यायला शिका.

एम. डी. यांचे बोलणे संपताच संपूर्ण वर्ग टाळ्यांच्या कडकडाटाने दुमदुमून गेला. नीरजनेही त्या दिवशीच्या व्याख्यानातील महत्त्वाचे मुद्दे काळजीपूर्वक वहीत टिपून ठेवले. या विचारांवर आता कृती करायची, असा त्याने मनोमन निर्धार केला.

सारांश

१. मोबाईल तुमचा आधार असावा; तुम्ही मोबाईलचे गुलाम होऊ नका.

मोबाईलचा उपयोग तुमच्या कामासाठी, शिक्षणासाठी आणि प्रगतीसाठी व्हावा. तो गरज पडली तर वापरा; त्याला तुमची गरज बनू देऊ नका.

२. आपल्या शरीरातील अदृश्य मित्रांचा आदर करा. त्यांच्या कामात अडथळा आणण्याऐवजी त्यांना त्यांचे कार्य करू द्या. ते तुमचे आरोग्य, मनःशांती आणि आनंद जपण्यासाठी अहोरात्र काम करत असतात.

३. उत्तम कल्पना ताणातून नव्हे, तर शांत मनातून जन्म घेतात. मन निवांत आणि प्रसन्न असते तेव्हाच सर्जनशीलता फुलते. हलके-फुलके हास्य, आनंदी वातावरण आणि रिलॅक्स मन नव्या, वेगळ्या कल्पनांना सहज जन्म देतात.

अध्याय

६

आपल्या मूडचे स्वामी बना

आज नीरजची एम.डी. यांच्याशी भेट ठरली होती. लेक्चर संपल्यानंतर तो त्यांच्या कार्यालयाबाहेर पोहोचला. त्याला पाहताच शिपाई म्हणाला, 'सर टेरेसवर आहेत. तुम्ही तिथेच जा'.

नीरज क्षणाचाही विलंब न लावता टेरेसवर गेला. एम.डी. एका प्राध्यापकांसोबत फेरफटका मारत गप्पांमध्ये रमले होते. नीरज थोड्या अंतरावर शांतपणे उभा राहिला. काही वेळाने त्या प्राध्यापकांनी एम.डी. यांचा निरोप घेतला.

(*नीरजकडे पाहत एम.डी. हसले.*)

एम. डी. – ये नीरज! कसा आहेस?

(*ते चालू लागले तसे नीरजही त्यांच्याबरोबर चालू लागला.*)

नीरज – सर, मी आता खूप बरा आहे. पूर्वी कोणतेही कारण नसताना मन उदास व्हायचं. सतत दुःखी वाटायचं आणि लोकांपासून दूर राहावंसं वाटायचं, पण आता त्यात बराच फरक पडला आहे.

एम. डी. – खूप छान! प्रयत्न असेच सुरू ठेव. आता फारसा पल्ला बाकी राहिलेला नाही. लवकरच तू पूर्णपणे सावरशील. मागच्या भेटीत आपण एक महत्त्वाची गोष्ट बोललो होतो. आठवतंय ना? कोणत्या विचारांना मनात वाढू द्यायचं आणि कोणत्या विचारांकडे दुर्लक्ष करायचं?

नीरज – हो सर. सकारात्मक, निरोगी आणि आनंद देणाऱ्या विचारांनाच मनात स्थान द्यायचं.

एम. डी. – अगदी बरोबर, मग त्यासाठी काय प्रयत्न केलेस?

नीरज – सर, सुरुवात तर झाली आहे. मी आता सकारात्मक आणि सर्जनशील कामांकडे जास्त लक्ष देतो. माझ्या नव्या छंदात–लेखनात– मी स्वतःला गुंतवून घेतलं आहे. त्याचबरोबर नकारात्मक घटना आणि त्यांच्याशी निगडित विचारांपासून मन हळूहळू दूर ठेवण्याचाही प्रयत्न करतो आहे. पूर्वी आईचा फोटो दिसला की जुन्या आठवणी डोळ्यांसमोर उभ्या राहायच्या. तिच्या शेवटच्या क्षणी मी तिच्यासोबत नव्हतो, ही खंत मनाला सतत टोचत राहायची. त्या विचारांनी मी स्वतःलाच दुःखी करत राहायचो, पण आता मी ठरवलं आहे की, या गोष्टीचा स्वतःला आणखी त्रास करून घ्यायचा नाही. आईलाही माझं असं दुःखी राहणं कधीच आवडलं नसतं. ज्या गोष्टी माझ्या हातात नव्हत्या, त्यांच्यावर मन अडकवून ठेवण्यात काही अर्थ नाही. म्हणून असे विचार मनात आले की, मी जाणीवपूर्वक लक्ष दुसरीकडे वळवतो. हा उपाय मला खरोखर उपयोगी पडतो आहे.

एम. डी. – उत्तम! असाच सराव सुरू ठेव. फार लवकर या दुःखातून पूर्णपणे बाहेर पडशील. बरं, आज कोणता प्रश्न घेऊन आला आहेस?

नीरज – सर, एक प्रश्न मला वारंवार पडतो. आपल्या आजूबाजूला घडणाऱ्या घटना, लोकांचं वागणं किंवा त्यांचे शब्द यांमुळे मनःस्थिती लगेच बदलते. अशा वेळी नेमकं काय करावं?

एम. डी.– इतक्या दिवसांत आपण बऱ्याच गोष्टी समजून घेतल्या, त्यावर विचारही केला. आता तूच सांग, अशा वेळी काय करणं योग्य ठरेल?

नीरज – माझ्या मते, अशा गोष्टींपासून लगेच मन बाजूला वळवलं पाहिजे.

एम. डी.– अगदी बरोबर! आता हे प्रत्यक्ष आयुष्यात उतरवायचं आहे. त्यासाठी स्वतःशी एक ठाम निश्चय कर. स्वतःलाच असं आव्हान दे – 'बाहेर घडणाऱ्या घटना आणि लोकांच्या बोलण्याला मी माझ्या मनात प्रवेश करू देणार नाही. कोणी चांगलं बोलो वा वाईट, त्याचा माझ्या मनावर परिणाम होऊ देणार नाही'. हा नियम स्वतःसाठी कायमचा ठरव.

हे एका उदाहरणातून समजून घे. समजा, तू समुद्रात उभ्या असलेल्या जहाजावर आहेस. जहाजावर घर बांधलंस, त्यात काही गैर नाही; पण समुद्राचं पाणी त्या घरात

शिरू दिलंस, तर ते घर टिकणार नाही.

आपलं आयुष्यही असंच आहे. **आपण जगात राहायचं; पण जगाला आपल्या मनात घर करू द्यायचं नाही.** बाहेरच्या घटना, लोकांचं वागणं, त्यांचे शब्द- हे सगळं आपल्या आसपास असणारच. पण त्यांना मनात प्रवेश द्यायचा की नाही, हा निर्णय आपल्या हातात असतो. एखादा विचार मनात येण्याचा प्रयत्न करेल, तेव्हा त्याला लगेच कवटाळू नको. शांतपणे स्वतःला सांग, 'थांब... इथेच थांब. तुला माझ्या मनात प्रवेश नाही.' त्याला स्पष्ट नकार दे.

आजवर नेमकं उलट घडत आलं आहे. बाहेर जे काही दिसलं, ऐकू आलं किंवा घडलं, ते तू तुझ्या नकळत मनात साठवत गेलास. ते मनात शिरलं कारण त्याला तू याआधी कधी अडवलंच नाहीस. कोणत्या विचारांना आत येऊ द्यायचं आणि कोणत्या नाही, याचं प्रशिक्षण मनाला दिलंच नाही. त्यामुळे कोणताही विचार कोणत्याही अडथळ्याशिवाय मनात शिरत राहिला.

आता जागरूक व्हायचं आहे. चुकीचे विचार, नकारात्मक दृश्यं किंवा अस्वस्थ करणाऱ्या घटनांकडे सजगपणे बघून मनात प्रवेश करण्यापूर्वीच त्यांना थांबवायचं आहे. त्यासाठी मनाला नवी दिशा द्यावी लागेल. नव्याने घडवावं लागेल. आजच्या तंत्रज्ञानाच्या भाषेत सांगायचं तर मनाचं नवीन प्रोग्रामिंग करायला लागेल. यासाठी एक मंत्र लक्षात ठेव- **'माझा मूड माझ्या मुठीत!'**

नीरज (*हसत*) - वा! 'माझा मूड माझ्या मुठीत!' ऐकायला खूप छान वाटतंय; पण हे खरंच शक्य आहे का, याबद्दल अजूनही थोडी शंका वाटते.

एम. डी. (*शांतपणे*) - विश्वास असो वा नसो, हा प्रयोग करून पाहा. मन म्हणेल, 'याने काय होणार?' पण त्याकडे लक्ष देऊ नकोस. मी स्वतः हा मंत्र वापरला आहे. म्हणूनच इतक्या खात्रीने सांगतो. लवकरच तुला त्याचे परिणाम दिसू लागतील.

मूठ बंद केलीस की त्या मुद्रेमुळे तुला हा मंत्र आठवेल आणि त्याबरोबरच एक गोष्टही लक्षात राहील- आपल्या मनावर नियंत्रण ठेवण्याची जबाबदारी आपलीच आहे.

'माझा मूड माझ्या मुठीमध्ये!' हा पाच 'म'चा पंचम मंत्र आहे. हा मंत्र मनापासून स्वीकारलास, तर मनावरचं

तुझं प्रभुत्व दिवसेंदिवस वाढत जाईल. आजपासून हा मंत्र वारंवार मनाशी म्हण-

'माझा मूड माझ्या मुठीमध्ये!' हळूहळू तुला स्वतःमध्ये होणारा बदल जाणवू लागेल. हा बदल घडतोच- हा अनुभवाने सिद्ध झालेला अदृश्य नियम आहे.

एम. डी. - नीरज, दिवसभरात तू स्वतःशी काय बोलत असतोस, याकडे कधी लक्ष दिलंस का?

नीरज (*थोडा विचार करून*) - सर, अनेकदा माझ्या मनात असेच विचार येत राहतात- मी काहीच धडपणे करू शकत नाही... माझ्याकडून काही होणार नाही... समाजासाठी माझा काही उपयोग नाही... माझ्यावर कोणी प्रेम करत नाही... असे कितीतरी नकारात्मक विचार मनात सतत फिरत राहतात.

एम. डी.- एक गोष्ट कायम लक्षात ठेव. तू स्वतःशी जे वारंवार बोलतोस, त्याचा परिणाम तुझ्या आयुष्यावर होतच असतो. हा निसर्गाचा अदृश्य परंतु अटळ नियम आहे. निसर्ग जणू प्रत्येक विचाराला 'तथास्तु!' म्हणत असतो.. म्हणजे, 'तसं होवो. तुला जे हवं आहे ते मिळो.' म्हणजेच मनात सतत जे पेरशील, तेच आयुष्यात उगवेल.

आयुष्यात बदल घडवायचा असेल, तर सर्वप्रथम स्वतःशी बोलण्याची पद्धत बदल. नकारात्मक स्वसंवादाऐवजी सकारात्मक स्वसंवादाची* सवय लाव. सुरुवातीला मनाचा विश्वास बसणार नाही; तरीही हे सकारात्मक विचार रोज मनापासून पुनःपुन्हा म्हणत राहा.

उदाहरणार्थ, स्वतःशी असं म्हणायला सुरुवात कर-

१. मी प्रेम करण्यास आणि प्रेम मिळवण्यास पात्र आहे. मी स्वतःचा स्वीकार करतो आणि स्वतःवर प्रेम करतो.

२. मी परमेश्वराच्या दिव्य अभिव्यक्तीचा अंश आहे. म्हणून माझं अस्तित्व मौल्यवान आणि अद्वितीय आहे.

३. मी समर्थ आहे. या विराट सृष्टीचा अविभाज्य भाग असल्यामुळे मी प्रत्येक रूपात स्वतःचा सन्मान करतो.

४. मी सक्षम आहे. परमेश्वराची शक्ती माझ्या पाठीशी आहे.

---

*(*स्वसंवादाविषयी अधिक जाणून घेण्यासाठी 'स्वसंवादाची जादू' हे पुस्तक अवश्य वाचा.)*

५. मी प्रत्येक दिवशी कालपेक्षा अधिक उत्तम होत आहे.

याशिवाय स्वतःला वारंवार सांग-

'विश्वातील सर्वांत शक्तिशाली सकारात्मक ऊर्जातरंग माझ्यासाठी कार्यरत आहेत'.

आज हे वाक्य पूर्ण विश्वासाने म्हणता येत नसलं, तरी हरकत नाही, पण ते भावपूर्णतेने, सातत्याने म्हणत राहा. हळूहळू तुझ्या हाताबाहेर असलेला मूड तुझ्या मुठीत येऊ लागेल. ज्या गोष्टीचं वर्णन करशील तीच प्रत्यक्षात अवतरेल. हळूहळू तुझे विचार बदलतील, विचारांबरोबर तुझं व्यक्तिमत्त्व बदलेल आणि त्याचबरोबर आयुष्यही बदलू लागेल.

तुम्ही स्वतःबद्दल जे ठामपणे मानता आणि सतत स्वतःला सांगता, त्याच दिशेने तुमचं आयुष्य आकार घेत जातं, हे कायम लक्षात ठेव.

नीरज - सर, मूडवरचं हे नियंत्रण प्रत्यक्षात कसं मिळवायचं?

एम. डी. - सर्वप्रथम मनातल्या गोष्टींना शब्द दे. ज्यांना नैराश्याचा त्रास असतो, त्यांना समुपदेशक किंवा विश्वासू व्यक्तीसमोर मन मोकळं करायला सांगितलं जातं. कारण मनात साचलेले भाव शब्दांत व्यक्त झाले की त्यांचा ताण कमी होऊ लागतो. तुला वाटलं तर तू तुझे विचार कागदावरही लिहू शकतोस. लिहून झाल्यावर तो कागद फाडून टाक किंवा जाळून टाक. महत्त्वाचं म्हणजे, मनात साचलेलं ओझं बाहेर पडायला हवं. अशा प्रकारे मनातले विचार सविस्तर व्यक्त करण्याचा सराव केलास, तर त्याचे आश्चर्यकारक परिणाम दिसू लागतील. हे सातत्याने केलंस, तर हळूहळू मनावर, मूडवर तुझं नियंत्रण वाढेल.

सुरुवातीला थोडा प्रयत्न करावा लागेल, पण जसजसा सराव वाढेल, तसतसं ते सहज वाटू लागेल. मनातली घालमेल बोलून दाखवणं किंवा ती कागदावर उतरवून त्याला भस्म करणं, त्यातून स्वतःला मोकळं करणं, या छोट्या सवयीही तुम्हाला तुमच्या मनाचे स्वामी बनवू शकतात.

नीरज - 'मूडचा स्वामी', हे ऐकायला खूप छान वाटतं; पण ते खरंच इतकं सोपं आहे का?

एम. डी.- हो, नक्कीच. फक्त एकाच गोष्टीची वारंवार स्वतःला आठवण करून द्यायची-'बाहेर घडणाऱ्या घटना आणि इतरांच्या बोलण्याला मी माझ्या मनात प्रवेश

करू देणार नाही.' हा नियम स्वतःसाठी ठामपणे ठरव. असं करत राहिलास, की एक दिवस तुला जाणवेल-तू खऱ्या अर्थाने स्वतःचा स्वामी झाला आहेस. स्वामी विवेकानंदांचे चरित्र वाचले आहेस का?

नीरज - नाही सर, आतापर्यंत नाही; पण आता नक्की वाचेन.

एम. डी. - महान व्यक्तींची चरित्रं वाचली, की एक गोष्ट स्पष्ट दिसते. त्यांच्या आयुष्यातही संकटं आली, अपयश आलं, टीका झाली, पण त्यांनी त्या घटनांना आपल्या मनावर राज्य करू दिलं नाही. बाहेरच्या परिस्थितीपेक्षा मनाची ताकद अधिक महत्त्वाची असते, हे त्यांनी कृतीतून दाखवून दिलं. थॉमस एडिसनचं नाव तर माहीत आहे ना?

नीरज - हो सर. विजेच्या दिव्याचा शोध लावणारे शास्त्रज्ञ.

एम. डी. - एक प्रसंग सांगतो. एकदा थॉमस एडिसन यांच्या प्रयोगशाळेला भीषण आग लागली. त्या वेळी त्यांचा मुलगाही तिथे होता. प्रयोगशाळा जळताना पाहून तो घाबरून म्हणाला, 'आपलं सगळं संपलं!' पण एडिसन मात्र शांत होते. ते म्हणाले, 'उलट बरंच झालं. प्रयोगशाळेत अशा अनेक गोष्टी होत्या, ज्या आता नव्याने करायच्या होत्याच. देवाने मला पुन्हा नव्याने सुरुवात करण्याची संधी दिली आहे. यातून एक गोष्ट लक्षात घे. घटना बाहेर घडत होती; पण एडिसन यांनी त्या घटनेला आपल्या मनावर राज्य करू दिलं नाही. नकारात्मक विचारांना मनात घर करू दिलं नाही. म्हणूनच त्यांचं मन कायम सकारात्मक राहिलं. त्याच सकारात्मक दृष्टिकोनामुळे ते नवनवे शोध लावू शकले आणि जगासाठी प्रेरणास्थान ठरले. ते खऱ्या अर्थाने आपल्या मनाचे स्वामी होते. जेव्हा माणूस परिस्थितीच्या नव्हे, तर योग्य ज्ञानाच्या आधारावर जगायला शिकतो, तेव्हाच तो आपल्या मनाचा स्वामी बनतो.

नीरज (हलकेच हसून) - सर, आता माझ्या लक्षात आलं. जग बदलण्यापूर्वी स्वतःचं मन बदलणं अधिक महत्त्वाचं आहे.

एम. डी. - अगदी बरोबर, नीरज. जो आपल्या मनाचा स्वामी होतो, तो हळूहळू स्वतःच्या आयुष्याचाही स्वामी बनतो.

नीरजच्या चेहऱ्यावर नव्या आत्मविश्वासाची झलक होती.

नीरज - धन्यवाद, सर. आजपासून एक गोष्ट मी नक्की लक्षात ठेवेन- **'माझा मूड माझ्या मुठीत!'**

सारांश

६. आपल्या मनाचे स्वामी बना. विचार, भावना आणि मन यांचं नियंत्रण जर दुसऱ्यांच्या हाती गेलं, तर आयुष्य ओझं बनतं. म्हणून मनाच्या आहारी न जाता मनावर प्रभुत्व मिळवण्याचा प्रयत्न करा.

७. विश्वातील सर्वोच्च सकारात्मक शक्ती माझ्यासाठी कार्यरत आहे, हा विश्वास मनात दृढ करा. या भावनेचा जितका अधिक सराव कराल, तितके आयुष्यात सकारात्मक बदल अनुभवायला मिळतील.

८. मनाला प्रशिक्षण द्या. नकारात्मक विचार किंवा भावना मनात प्रवेश करण्याआधीच त्यांना ठामपणे थांबवा. आवश्यक असेल तेव्हा स्वतःला स्पष्टपणे सांगा– मला हा विचार स्वीकारायचा नाही.

९. लेखनाची सवय लावा. जगातील अनेक यशस्वी व्यक्तींनी डायरीलेखन, जर्नलिंग, आत्मपरीक्षण आणि आत्मचिंतन यांना विशेष महत्त्व दिलं आहे. आपल्या ध्येयांविषयी, भविष्यातील स्वप्नांविषयी आणि मनातल्या विचारांविषयी नियमित लिहिल्याने विचार अधिक स्पष्ट होतात आणि इच्छित बदल घडवून आणण्याची शक्यता वाढते.

अध्याय

७

समस्येत लपलेला उपाय

नीरज कॉलेजच्या कॅन्टीनमध्ये मित्रांसोबत बसून कॉफी घेत होता. गेल्या काही महिन्यांत त्याच्यात मोठा बदल झाला होता. जो मुलगा पूर्वी सर्वांपासून अलिप्त राहायचा, कोणातही मिसळायचा नाही, त्याचे आता अनेक मित्र झाले होते. तो सगळ्यांमध्ये मनमोकळेपणाने मिसळू लागला, खळखळून हसूही लागला.

तरीही मनाच्या एखाद्या खोल कप्प्यात एक वेदना अजूनही जिवंत होती. 'आईच्या अखेरच्या क्षणी आपण तिच्याजवळ नव्हतो... त्या वेळी आपण मित्रांबरोबर मनालीला उगाच गेलो.' हा विचार अधूनमधून त्याच्या मनाला टोचत राहायचा.

आत्याचे सततचे टोमणे आणि कटू वागणूकही त्याला असह्य झाली होती. आई गेल्यानंतर एक पोकळी जाणवायचं हेही कारण होतं, की आत्याने त्याला कधीच आपलं मानलं नव्हतं. तिची इच्छा होती की तिच्या मुलालाही नीरजच्या वडिलांच्या व्यवसायात वाटा मिळावा. म्हणूनच ती वेळोवेळी नीरजविषयी त्याच्या वडिलांचे म्हणजे तिच्या भावाचे कान भरायची. त्याचा परिणाम असा व्हायचा की कधी कधी वडिलांचं बदललेलं वागणं नीरजलाही खोलवर दुखावून जायचं.

या सगळ्या विचारांत तो इतका हरवून गेला होता की वेळ कसा निघून गेला, त्यालाच कळलं नाही. समोरची गरम कॉफी थंडगार झाली होती.

तेवढ्यात त्याच्या मित्राने त्याला खांद्याला धरून हलवलं. 'अरे, जागो मोहन प्यारे! कसल्या विचारांत एवढा हरवला आहेस? की कुठलं स्वप्न बघतो आहेस?'

नीरज भानावर आला. तो कॉफीचे पैसे द्यायला उठला. मित्र अजयने त्याच्या खांद्यावर हात टाकला आणि म्हणाला, 'चल, लेक्चरची वेळ झाली. दोघेही वर्गाकडे निघाले'.

लेक्चर संपताच नीरज एम. डी. सरांना भेटायला निघाला. मागून एक ओळखीचा आवाज आला,

नीरज! तो मागे वळून पाहतो तर स्वतः एम.डी. सर उभे होते.

नीरजच्या चेहऱ्यावर उमटलेलं प्रसन्न हास्य पाहूनच त्यांना समजलं की तो त्यांनाच भेटायला निघाला होता. सरांनी हसत बागेकडे चालण्याचा इशारा केला. नीरजही त्यांच्या मागोमाग चालू लागला.

थोडा वेळ शांतपणे फेरफटका मारल्यानंतर दोघे एका बाकावर येऊन बसले.

एम. डी. - सांग नीरज, मागच्या भेटीनंतर काय समजलं? त्याचा किती उपयोग झाला?

नीरज - सर, तुमच्याकडून शिकलेली ती अदृश्य नियमांची वाक्यं सतत माझ्या मनात घुमत असतात- माझा मूड माझ्याच हातात आहे आणि जगातील सर्वांत मोठी शक्ती माझ्या पाठीशी उभी आहे. तसेच एक मंत्रही मी नेहमी आठवतो- 'सागरात घर असू दे, पण घरात सागर शिरू देऊ नको'. हे नियम मी रोजच्या आयुष्यात पाळायचा प्रयत्न करतो. त्यामुळे माझी मनःस्थिती स्थिर राहते आणि माझ्या आयुष्यातही हळूहळू सकारात्मक बदल घडत आहेत.

एम. डी. - छान! आता आणखी एक अदृश्य नियम समजून घे. प्रत्येक समस्येच्या गर्भात तिचं उत्तर दडलेलं असतं. ज्या गोष्टीमुळे समस्या निर्माण होते, त्याच गोष्टीत तिचा उपायही लपलेला असतो, पण बहुतेक लोक समस्या दिसली की घाबरतात, तिच्यापासून दूर पळतात. तिचा सामना करण्याचं धैर्यच दाखवत नाहीत.

नीरज - खरं आहे सर. माझ्यासमोर एखादी अडचण आली की पहिला विचार हाच येतो- 'ही आपोआप नाहीशी झाली तर किती बरं होईल!' मग मी ती टाळत राहतो किंवा तिच्यापासून कसा बचाव करता येईल, हाच विचार करत बसतो.

एम. डी. - समस्या म्हणजे अडथळा नव्हे, तर एक संधी असते. आपण तिच्यातला

संदेश ओळखत नाही, कारण आपला दृष्टिकोन चुकीचा असतो. ही समस्या माझ्याच वाट्याला का आली? असा प्रश्न विचारण्यापेक्षा यातून मार्ग कसा काढायचा, याचा विचार करायला हवा. आपलं लक्ष समस्येवर नव्हे, तर उपायावर असलं पाहिजे. तरच विचार स्पष्ट होतात आणि योग्य दिशा सापडते.

हे एका छोट्या उदाहरणातून अजून स्पष्ट करून सांगतो...

एका वर्गात सतत आणि सर्वांत जास्त गोंधळ असायचा. शिक्षकांनी शोध घेतला की वर्गात सर्वाधिक गोंधळ कोण घालतो. मग त्यांनी त्याच विद्यार्थ्याला वर्गाचा मॉनिटर बनवलं. आश्चर्य म्हणजे काही दिवसांत वर्गाची शिस्त सुधारली. ज्या वर्गात समस्या होती, तिथेच तिचं उत्तरही दडलं होतं.

अजून एक उदाहरण बघ. काही लोकांना विशिष्ट फळं खाल्ल्यावर त्रास होतो. पण अनेकदा त्या फळाच्याच बिया, साल किंवा इतर भागांतच त्याच्या त्रासावर उपयोगी पडणारे गुणधर्म असतात. म्हणजे ज्या गोष्टीमुळे समस्या निर्माण झाली, तिच्यातच तिचा उपायही दडलेला असतो. टरबूज खाल्ल्यावर होणाऱ्या त्रासाचं औषध त्याच्या बियांमध्येच असतं.

सर्पदंशाचंही तसंच आहे. ज्या परिसरात विषारी साप आढळतात, त्याच परिसरात त्यांच्या विषावर उपयोगी पडणाऱ्या औषधी वनस्पतीही निसर्गात उगवलेल्या असतात.

या सगळ्या उदाहरणांतून एक गोष्ट स्पष्ट होते- उपाय बाहेर कुठे शोधायचा नसतो; तो अनेकदा समस्येच्याच गर्भात दडलेला असतो.

आजचा विषय आहे- 'खराब मूड'. आणि गंमत म्हणजे, खराब मूडमधून बाहेर पडण्याचा मार्गही त्याच शब्दात लपलेला आहे.

'ख-रा-ब'

'ख' म्हणजे 'खोज'-शोध.

जेव्हा मन खट्टू होतं, तेव्हा लगेच स्वतःला विचार, 'नेमकं कोण दुःखी झालं आहे? कोणाला दुखावलं गेलं आहे? कोणाचा अपेक्षाभंग झाला आहे?'

भगवान बुद्धांनीही आयुष्यभर याच शोधाचा मार्ग स्वीकारला. शेवटी त्यांना काय सापडलं?- 'स्वतःचं खरं स्वरूप'. मूड खराब झाला की मन म्हणतं, 'माझा

मूड खराब झाला.' पण मग स्वतःलाच विचार, 'हा माझा म्हणणारा कोण आहे? मी नेमका कोण?' त्या 'मी'चा शोध घे. कारण उत्तर तिथेच आहे. जेवढं समजेल, तेवढं प्रत्यक्ष जगायला सुरुवात कर. स्वतःचा शोध हीच खरी साधना आहे; पुढे त्याचा अर्थ तुला अधिक खोलवर उमगेल.

'रा' म्हणजे 'रॉकेट'.

ज्या भावनेमुळे तुझा मूड खराब झाला आहे, तिला घट्ट पकडून ठेवू नकोस. स्वतःला विचार, 'ही भावना मी जाऊ देऊ शकतो का?' आणि मग तिला जाऊ दे. जणू एखादं रॉकेट आकाशात झेपावतं तसं तिला बह्मांडांच्या बाहेर जाऊ दे. पुन्हा स्वतःलाच विचार, 'मी हा खराब मूड स्वीकारू शकतो का? आणि त्याचं रूपांतर करू शकतो का?' स्वतःला वारंवार सांग- माझा मूड माझ्या मुठीत आहे. हे शब्द फक्त उच्चारू नकोस; त्यांच्यावर विश्वास ठेव.

हे करताना शरीराचाही उपयोग करून घे. दोन्ही हात वर उचल, ताठ बस, चेहऱ्यावर उत्साह आण. शरीराचे पोश्चर बदलले की मनाची अवस्था बदलायला सुरुवात होते. नव्या उमेदीची चाहूल लागते.

बहुतेक लोक दुःखी असताना आणखीच खचून जातात. त्यांची देहबोलीही तशीच होते. त्यामुळे त्यांची मनःस्थिती अधिकच बिघडते. म्हणून पुढच्या वेळी मूड खराब झाला, तर सर्वप्रथम शरीराची ठेवण बदलून बघ. फरक तुलाच जाणवेल.

'ब' म्हणजे 'बोल'.

एक अदृश्य नियम आहे - आपण स्वतःबद्दल जे बोलतो, ते हळूहळू आपलं वास्तव बनतं. म्हणून आजपासून स्वतःबद्दल नकारात्मक बोलणं थांबव. त्याऐवजी स्वतःला सांग-'मी सक्षम आहे.' 'मी आनंदी आहे.' 'मी परमेश्वराचा अंश आहे, त्याचा वंश आहे. माझ्यात अमर्याद शक्यता आहेत.' तू स्वतःशी कसा संवाद साधतोस, त्यावरून तुझं भविष्य घडत असतं. म्हणून शब्द जपून वापर. बोलण्यापूर्वी क्षणभर विचार कर; कारण आजचे शब्द उद्याचं आयुष्य घडवतात.

नीरज - सर, हे मी नक्की करेन. वारंवार स्वतःला सांगत राहीन, जेणेकरून मनातील नकारात्मकता पूर्णपणे नाहीशी होईल.

मला आणखी एक प्रश्न विचारायचा आहे... ध्यानधारणेबद्दल... मी मेडीटेशन करायचा प्रयत्न करतो, पण फार वेळ स्थिर बसवत नाही.

एम. डी.- ध्यान म्हणजे काही करण्याची प्रक्रिया नाही; उलट काहीही न करण्याची कला आहे.

ध्यानाला बसल्यानंतर शरीर शक्य तितकं स्थिर ठेव. मग मनाच्या तळाशी दडलेल्या अनेक आठवणी, भावना, प्रसंग, वेदना वर यायला लागतील. उठून जावंसं वाटेल, अस्वस्थता जाणवेल; पण त्या क्षणी हलू नकोस. नियमित ध्यान करणाऱ्यांना हा अनुभव येतो. कधीकधी इतका अस्वस्थपणा जाणवतो की शरीराला घाम येतो, उठून जावसं वाटतं. या भावना वर येतात, कारण त्या मुक्त होण्यासाठी धडपडत असतात. तू फक्त साक्षीभावाने त्यांच्याकडे दुरून पाहत राहा. शरीर स्थिर ठेव आणि श्वासाकडे लक्ष दे. पाहिजे तर अलार्म लावून बस. काही झालं तरी मी इथून उठणार नाही असा निर्धार करून बस. हळूहळू मन हलकं होत जाईल.

नीरज - कृतज्ञतेने म्हणाला, 'सर, मनापासून धन्यवाद'. मनात नव्या आशेचा दिवा घेऊन त्याने एम.डी. सरांचा निरोप घेतला.

सारांश

१. खराब मूड हा केवळ त्रास नसतो; तो स्वतःला अधिक खोलवर जाणून घेण्याचा संकेत असतो. 'मी कोण?' या प्रश्नातच त्याचं उत्तर दडलं आहे.

२. भावनांना दाबू नका. त्यांना साक्षीभावाने पाहा. त्या स्वीकारल्या की त्यांची पकड आपोआप सैल होते.

३. तुम्ही स्वतःशी जे बोलता, तेच तुमच्या विचारांना आकार देतं; आणि विचार तुमचं भविष्य घडवतात. म्हणून स्वतःशी नेहमी आशादायी, सकारात्मक संवाद साधा.

अध्याय

८

तिसरा पर्याय

आज नीरजच्या दिवसाची सुरुवात गोंधळाने झाली. सकाळी उशिरा जाग आली. तोवर वीज गेली होती. थंड पाण्याने अंघोळ करून तो कसाबसा कॉलेजला निघाला, पण अर्ध्या रस्त्यात गाडीतील पेट्रोल संपलं. कशीबशी गाडी ढकलत पेट्रोल पंपावर पोहोचला. पेट्रोल भरून झाल्यावर पैसे द्यायला गेला, तर लक्षात आलं–मोबाईल आणि पाकीट दोन्ही घरीच राहिलं आहे. तो वैतागून परत घरी गेला. पैसे घेऊन पुन्हा पेट्रोलपंपावर आला आणि मग कॉलेजमध्ये पोहोचला. या सगळ्या गडबडीत त्याची दोन लेक्चर्स बुडली आणि त्याचा मूड पार बिघडला.

मनातल्या मनात तो सारखा म्हणत होता, 'आजचा दिवसच बरा नाही'.

त्यात वर्गात गेल्यावर विनोदने त्याच्या पायांकडे पाहिलं आणि हसत म्हणाला, 'काय रे, ही नवीन फॅशन आहे का? एका पायात निळा, दुसऱ्या पायात काळा मोजा!' क्षणात सगळा वर्ग हसायला लागला. नीरजने ओशाळून मोजे काढून टाकले. आधीच मन खट्टू झालं होतं; आता तर तो आणखीच गप्प झाला.

थोड्याच वेळात एम. डी. सर भेटले. त्याचा उतरलेला चेहरा पाहून त्यांनी विचारलं, 'काय नीरज, आज एवढा उदास का दिसतोयस?' नीरजने सकाळपासून घडलेल्या सगळ्या घटना त्यांना सांगितल्या. शेवटी तो म्हणाला, 'सर, आजचा दिवसच खराब आहे'.

एम. डी. (*हसून*) – नीरज, दिवस चांगला की वाईट, हे ठरवणारी गोष्ट त्या दिवसात घडलेल्या घटना नसतात; तर त्या घटनांचा तू लावलेला अर्थ असतो.

नीरज – सर, आज काहीच नीट झालं नाही. एक-दोन गोष्टी असत्या तर सोडलं असतं; पण सकाळपासून सगळंच विपरीत घडत गेलं. त्यामुळे पूर्ण दिवसच खराब झाला.

एम. डी. – तुला खरंच वाटतं, काहीतरी असामान्य घडलं? आयुष्यात अशा घटना घडतच असतात. पण मनाची सवय काय असते माहिती आहे? एखादी गोष्ट घडली की लगेच त्याची बडबड सुरू होते. अमुक वाईट झालं. तमुक चांगलं झालं नाही. 'चांगली' किंवा 'वाईट' या दोन चौकटींपैकी एका चौकटीत टिक ☑करायची वाईट खोड मनाला जडलेली असते. आजपासून ही सवय मोडायची.

नीरज – कशी?

एम. डी. – 'नॉट ॲप्लिकेबल' या एका शब्दाने.

नीरज (गोंधळून)– म्हणजे?

एम. डी. – शांतपणे समजावू लागले.

कल्पना कर, तू एखादा अर्ज भरतोयस. त्यात दोन कॉलम्स आहेत, त्यातील प्रश्नांचे उत्तर तुला 'हो' किंवा 'नाही' यामध्येच द्यायचे आहेत. जसे की तुझे लग्न झाले आहे किंवा नाही झाले, तू विद्यार्थी आहेस की नोकरीपेशा वगैरे. असे दोनच ऑप्शन आहेत, तिसरा पर्याय दिलेलाच नाही, त्या वेळी तू स्वतःसाठी एक नवीन पर्यांय निवडू शकतोस. तो आहे N A – म्हणजे नॉट ॲप्लिकेबल.

नीरज - सर, नॉट ॲप्लिकेबलच का?

एम. डी. – कारण मनाची सवय प्रत्येक गोष्टीला दोनच चौकटींत बसवण्याची असते- चांगलं किंवा वाईट. ही सवय बदलायची असेल, तर मनाला तिसरा पर्याय द्यावा लागतो- नॉट ॲप्लिकेबल. समज, मित्रांसोबत फिरायला जायचा बेत ठरला आणि नेमका अवेळी पाऊस सुरू झाला. मनाची जुनी सवय लगेच कुरकुर करायला सुरुवात करेल- सगळा बेत फसला... किती वाईट झालं! अशा विचारांनी मूडही खराब होईल. पण या वेळी तू काहीतरी वेगळं करायचं. त्या प्रसंगावर चांगला किंवा वाईट असा शिक्का मारायचा नाही. शांतपणे स्वतःला फक्त एवढंच सांगायचं- नॉट ॲप्लिकेबल. इतकं म्हणताच त्या विचाराला तिथेच पूर्णविराम मिळतो. एरवी

जो विचार वाढत जाऊन त्याने मन व्यापून टाकलं असतं, तो सुरुवातीलाच थांबतो.

तुझा आनंद, तुझा मूड किंवा तुझी मनःशांती ही पाऊस पडला की ऊन आलं यांवर अवलंबून नसते; ती त्या प्रसंगाला तू कोणता अर्थ देतोस, यावर अवलंबून असते. म्हणूनच, मन जेव्हा एखाद्या गोष्टीला खूप छान! किंवा अगदी वाईट! असा शिक्का मारू पाहील, तेव्हा स्वतःला एकाच गोष्टीची आठवण करून द्यायची- नॉट ॲप्लिकेबल.

या एका छोट्याशा सरावाने मनाची प्रत्येक गोष्टीवर प्रतिक्रिया देण्याची जुनी सवय हळूहळू कमी होऊ लागते. मन अधिक स्थिर, शांत आणि प्रसन्न होतं.

नीरज - सर, याबद्दल आणखी थोडं सविस्तर सांगाल का?

एम. डी. - नक्कीच. नॉट ॲप्लिकेबल हा नियम फक्त स्वतःपुरता नाही; तो इतरांबाबतही तितकाच लागू होतो. समजा, एखाद्याचा पेहराव तुम्हाला आवडला नाही. मन लगेच प्रतिक्रिया द्यायला लागतं- हे कसले कपडे घातलेत? आजकाल ही कसली फॅशन आली आहे? हा कसला विचित्र पेहराव! आणि क्षणात निष्कर्षही निघतो-अगदीच वाईट!

पण अशा वेळी त्या विचारांबरोबर वाहवत जायचं नाही. शांतपणे मनाला सांगायचं- नॉट ॲप्लिकेबल. स्वतःलाच विचारायचं, एखाद्याने काय कपडे घालावेत, हा त्याचा वैयक्तिक निर्णय आहे. त्यावरून मला अस्वस्थ होण्याचं कारण काय? ही गोष्ट माझ्याशी संबंधितच नाही.

नीरज - म्हणजे हेच ते सतत न्यायनिवाडा करणारं 'जजमेंटल मन' असतं ना?

एम. डी. - अगदी बरोबर. या मनाची अनेक रूपं आहेत. कधी ते अखंड बडबड करत राहतं; कधी भूतकाळात रेंगाळतं, तर कधी भविष्याची काळजी करत भटकत राहतं. कधी सतत तुलना करतं, तर कधी प्रत्येक व्यक्तीचा आणि प्रत्येक प्रसंगाचा न्यायाधीश बनून बसतं.

हे मन प्रत्येक गोष्टीला योग्य-अयोग्य, चांगलं-वाईट अशा चौकटींत बसवत राहतं. आणि या सगळ्या नादात स्वतःच आपला मूड बिघडवून घेतं. एखाद्या घटनेचा अर्थ लावायचा, त्यातून निष्कर्ष काढायचा आणि मग त्याच निष्कर्षाला धरून बसायचं-ही त्याची जुनी सवय. ते अगदी स्वतःच विणलेल्या जाळ्यात अडकणाऱ्या कोळ्यासारखं आहे. मनाला हे कळतही नाही की प्रत्येक अर्थ लावताना ते स्वतःचंच नव्याने प्रोग्रॅमिंग करत असतं.

माणूस नकळत स्वतःच स्वतःच्या दैवी योजनेच्या म्हणजे डिव्हाईन प्लॅनच्या आड येतो. त्याच्यासाठी नेमकं काय हिताचं आहे आणि काय नाही, हे समजून घेण्याची संधीच तो गमावून बसतो. मनासारखं घडलं की तो आनंदून जातो; मनाविरुद्ध घडलं की लगेच दुःखी होतो. प्रत्येक गोष्टीला चांगलं किंवा वाईट असा शिक्का मारत राहतो. आणि निसर्ग मात्र त्याच्या प्रत्येक ठाम समजुतीला शांतपणे उत्तर देत राहतो-तथास्तु. तू म्हणतोस तसंच होवो. तुम्ही जर मनोमन ठरवून बसलात की लोक स्वार्थी आहेत... लोक वाईटच असतात, तर निसर्ग त्यालाही तथास्तु म्हणतो. मग तुम्हाला तशाच प्रकारचे अनुभव वारंवार येऊ लागतात. तुम्ही जसं मानता, जसं बोलता आणि जसं पाहता, तसंच जग तुम्हाला दिसू लागतं. तुमच्या आयुष्यातही त्याच प्रकारची माणसं आणि प्रसंग वारंवार येतात. आणि मग तुम्हीच म्हणत बसता, माझ्याच बाबतीत असं का होतं?

पण त्या प्रश्नाचं उत्तर बाहेर नसतं. ते आपल्या मनाने आधीच तयार करून ठेवलेल्या समजुतींमध्ये दडलेलं असतं.

नीरज - सर, हा 'डिव्हाइन प्लॅन' म्हणजे नेमकं काय?

एम. डी. - डिव्हाइन प्लॅन म्हणजे निसर्गाने प्रत्येकासाठी आखलेली दिव्य योजना. त्या योजनेत जीवनातील सर्व श्रेष्ठ गोष्टींचा समावेश असतो- प्रेम, आनंद, शांतता, समृद्धी, उत्तम आरोग्य, यश, सर्जनशीलता, कौशल्य, चांगले गुण आणि माणूस म्हणून फुलून येण्यासाठी आवश्यक असलेलं सगळंच.

पण अडचण कुठे निर्माण होते माहीत आहे? आपण प्रत्येक गोष्टीचा अर्थ काढत बसतो. प्रत्येक प्रसंगावर स्वतःचे निष्कर्ष लावतो. आणि नकळत त्या दैवी योजनेलाच अडवून ठेवतो. परिणामी, निसर्गाने आपल्यासाठी राखून ठेवलेल्या अनेक चांगल्या गोष्टी आपल्या दारापर्यंत येऊनही थांबून जातात.

तू स्वतःकडेच बघ. किती सहज बोलून जातोस-

मी फार दुर्दैवी आहे... माझ्या वाट्याला नेहमी वाईटच येतं... माझ्यावर कुणाचंच प्रेम नाही... आजकाल चांगुलपणाला किंमतच उरलेली नाही...

आपण हे शब्द सहजपणे उच्चारतो; पण निसर्ग मात्र त्यांना सहज घेत नाही. तो प्रत्येक वेळी फक्त एकच उत्तर देतो-तथास्तु! म्हणजेच-तुझी जशी धारणा आहे, तसाच अनुभव तुला मिळो. म्हणूनच जे आपण वारंवार बोलतो, तसंच हळूहळू आपल्या आयुष्यात घडत जातं.

कोणी म्हणतं, याने माझ्या नाकी नऊ आणले आहेत किंवा याने माझा जीव नकोसा केला आहे. अशा शब्दांचा परिणाम आपण कधीच गांभीर्याने घेत नाही. कोणी म्हणतं, मला याचं तोंडसुद्धा पाहायचं नाही. ही गोष्ट माझ्या छातीवरचं ओझं झाली आहे...हे लोक माझं रक्त शोषतात... अशी वाक्यंही आपण सहज बोलून जातो. पण लक्षात ठेव, शब्द हे केवळ शब्द नसतात; ते आपल्या मनावर आणि आयुष्यावर परिणाम करणारी बीजं असतात.

म्हणून बोलताना सावध राहा, कारण अनेकदा माणूस दुसऱ्यामुळे नाही, तर स्वतःच उच्चारलेल्या शब्दांमुळे स्वतःच्याच जाळ्यात अडकतो.

निसर्ग कोणावरही अन्याय करत नाही. तो प्रत्येकाच्या विचारांना आणि शब्दांना फक्त एवढंच उत्तर देतो- तथास्तु. म्हणून प्रत्येक गोष्टीचा अनावश्यक अर्थ काढू नकोस. आणि विशेषतः असे शब्द कधीही वापरू नकोस, जे पुढे जाऊन तुझ्याच आयुष्यासाठी सापळा ठरतील.

एम. डी. - तुमच्या दैवी योजनेच्या आड तुम्ही स्वतःच येऊ नका. प्रत्येक गोष्टीला चांगलं किंवा वाईट असं लेबल लावण्याच्या सवयीतून बाहेर पडा. त्याऐवजी स्वतः ला एकच गोष्ट सांगा- नॉट ॲप्लिकेबल.

जागरूकपणे जगायला शिका. दिवसभरात एखादी घटना घडली की तुम्ही स्वतःशी काय बोलता, याकडे लक्ष द्या. आतापर्यंत जे शब्द नकळत उच्चारत होता, ते थांबवा. त्याऐवजी तुमच्या हिताचे, तुम्हाला उभारी देणारे शब्द बोलण्याची सवय लावा.

नीरज - माझा आनंद चांगलं किंवा वाईट यावर अवलंबून नाही... आणि पुढेही असणार नाही.

एम. डी. - अगदी बरोबर! हेच स्वतःला वारंवार सांगायला सुरुवात कर आणि मग आयुष्यात होणारा बदल अनुभवत जा. मनःस्थिती स्थिर ठेवायची असेल, तर हा सराव खूप महत्त्वाचा आहे.

एक गोष्ट नेहमी लक्षात ठेव-तुम्ही तुमच्या मेंदूला कोणते विचार सतत देत आहात, हे फार महत्त्वाचं आहे. आपल्या मेंदूत अब्जावधी न्यूरॉन्स सतत कार्यरत असतात. प्रत्येक विचार, प्रत्येक शब्द त्यांच्या जाळ्यावर आपली छाप उमटवत असतो. चांगलं-वाईट अशा विचारांची साखळी जितकी घट्ट होत जाते, तितकी ती पुढे आपल्या स्वभावाचा आणि आयुष्याचा भाग बनत जाते. नंतर तेच आपल्या

अनुभवांत आणि जीवनात प्रत्यक्ष उमटू लागतं.

आता आपण तिसऱ्या अवस्थेबद्दल बोलू.

नीरज – तिसरी अवस्था? तिच्याबद्दल तर मी कधी ऐकलंच नाही. आणि तिचा उपयोग काय?

एम. डी. – चांगलं आणि वाईट या दोन अवस्थेच्या पलीकडेही एक अवस्था असते. मी तिला 'ब्राइट गुड' म्हणतो. जसं सुख-दुःख यांच्या पलीकडे एक निर्मळ आनंदाची अवस्था असते... गोंधळ आणि शांतता यांच्या पलीकडे एक स्थैर्य असतं... तसंच चांगलं-वाईट या द्वैताच्या पलीकडेही एक अवस्था आहे- ब्राइट गुड.

या अवस्थेत माणूस घटनांना चांगलं किंवा वाईट अशा चौकटीत अडकवत नाही. तो त्यांच्याकडे अधिक व्यापक आणि जागरूक नजरेने पाहू लागतो.

जेव्हा एखाद्या प्रसंगावर प्रतिक्रिया देण्याऐवजी आपण शांतपणे नॉट ॲप्लिकेबल म्हणतो, तेव्हा मनाचा तो जुना खेळ थांबू लागतो. सायकलीच्या पंक्चर झालेल्या टायरमधली हवा जशी हळूहळू निघून जाते, तसंच मनातील प्रतिक्रिया, निर्णय आणि त्यातून निर्माण होणारा ताणही ओसरू लागतो.

परिणामी, एखादी गोष्ट चांगली की वाईट, यावरून मनात निर्माण होणारी भावनिक खळबळ हळूहळू नाहीशी होते. मन हलकं होतं, स्थिर होतं आणि अधिक सजगपणे जगायला शिकतं.

एम. डी. – मनाला फक्त दोनच चौकटी माहीत असतात-चांगलं किंवा वाईट, बरोबर किंवा चूक, काळं किंवा पांढरं. प्रत्येक गोष्टीकडे ते याच नजरेने पाहतं.

म्हणून एखादी घटना घडली आणि तुम्ही म्हणालात, हे वाईट झालं, की मन लगेच त्याच्या जुन्या सवयीप्रमाणे कामाला लागतं. पूर्वी साठवून ठेवलेल्या अनुभवांच्या आधारे ते क्षणार्धात नकारात्मक भावना निर्माण करतं, पण ज्या क्षणी तुम्ही नॉट ॲप्लिकेबल म्हणता, त्या क्षणी मनाचा नेहमीचा खेळच थांबतो. कारण या प्रतिक्रियेची त्याला सवयच नसते. त्याच्या जुन्या प्रोग्रॅमिंगमध्ये असा पर्यायच नसतो. म्हणून क्षणभर ते गोंधळून जातं. आता यावर प्रतिक्रिया कशी द्यायची? हेच त्याला समजत नाही. त्या प्रसंगाचा अर्थ लावता येत नाही आणि म्हणून ते शांत होतं. आणि मन शांत झालं की मूड आपोआप हलका आणि प्रसन्न होतो.

नॉट ॲप्लिकेबल म्हणणं म्हणजे फक्त एक शब्द उच्चारणं नाही; तर

चांगलं-वाईट या द्वैताच्या पलीकडे जाण्याची सुरुवात आहे. त्या क्षणी तुम्ही 'ब्राइट गुड' या अवस्थेकडे एक पाऊल टाकलेलं असतं. या सरावाची गोडी जसजशी लागेल, तसतसं त्यामागचं गूढही अधिकाधिक उलगडत जाईल.

हे ऐकताच नीरजच्या चेहऱ्यावरचं मळभ हळूहळू दूर झालं. आतापर्यंत गप्प आणि खिन्न दिसणारा तो आता हलकासा हसत होता. मनात नवा विचार, नव्या समजुतीची चाहूल घेऊन त्याने एम.डी. सरांचा निरोप घेतला.

सारांश

१. मन जेव्हा एखाद्या गोष्टीबद्दल तक्रार करू लागेल किंवा लगेच प्रतिक्रिया द्यायला धावेल, तेव्हा सजगपणे स्वतःला एकच गोष्ट सांगा-नॉट ॲप्लिकेबल. हा छोटासा सराव हळूहळू तुम्हाला ब्राइट गुड या अधिक शांत, स्थिर आणि सजग मनःस्थितीकडे घेऊन जातो.

२. प्रत्येक घटना, प्रत्येक व्यक्ती आणि प्रत्येक प्रसंगाचा अर्थ काढण्याची सवय सोडली की मनावरील अनावश्यक ताण कमी होतो. मन शांत होतं आणि आपण नकळत आपल्या दैवी योजनेशी (डिव्हाइन प्लॅन) अधिक संलग्न होऊ लागतो.

३. प्रत्येक गोष्टीचा न्यायनिवाडा करण्याची मनाची सवय ओळखणं आणि योग्य वेळी तिला थांबवणं, हीच आपल्या मूडचा खरा स्वामी होण्याची पहिली पायरी आहे.

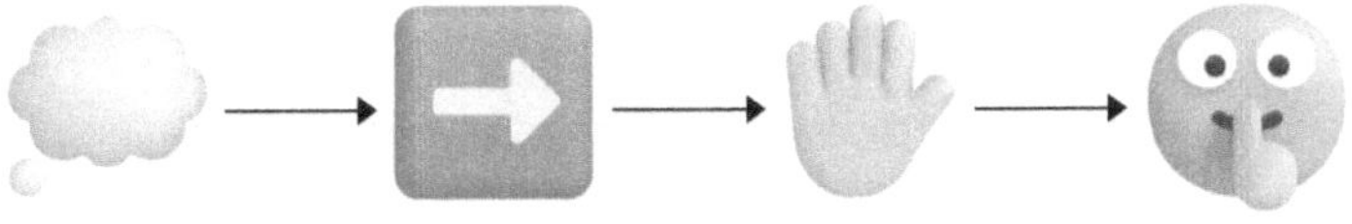

अध्याय

९

जीवनातील या आव्हानाला महत्त्व द्या

अलीकडे नीरजच्या दिनचर्येत बराच बदल झाला होता. तो सकाळी लवकर उठू लागला होता. कधी पहाटे फेरफटका मारायला जायचा, तर कधी गच्चीवर शांतपणे बसून ध्यान करण्याचा प्रयत्न करायचा, पण एक गोष्ट त्याला सतत खटकत होती- ध्यानात त्याचं मन काही केल्या स्थिरावत नव्हतं.

असं नेमकं का होत असेल? हा प्रश्न त्याच्या मनात वारंवार येत होता. आज एम.डी. सरांना भेटल्यावर याचं उत्तर नक्की विचारायचं, असा त्याने मनोमन निर्धार केला.

आवराआवर करून तो कॉलेजला निघाला. दिवसभराची सर्व लेक्चर्स त्याने लक्षपूर्वक अटेंड केली. एम.डी. सरांना भेटायची वेळ जवळ येताच त्याने आपली पुस्तकं आवरली आणि तो उत्सुकतेने त्यांच्या कार्यालयाकडे वळला.

पण सर एका महत्त्वाच्या मीटिंगमध्ये व्यस्त होते. त्यामुळे नीरज बाहेरच्या खुर्चीवर शांतपणे जाऊन बसला. वेळ घालवण्यासाठी त्याने मोबाईल काढला आणि नकळत रील्स पाहण्यात रमून गेला.

साधारण पाऊण तासानंतर मीटिंग संपली. एम. डी. सर बाहेर आले. नीरजला पाहताच त्यांनी हसून आत बोलावलं.

एम. डी. - ये नीरज... काय म्हणतोस? कसं चाललंय सगळं?

नीरज - सर, आता खूप बरं वाटतंय. पूर्वीपेक्षा स्वतःमध्ये बराच बदल जाणवतो. आता माझा मूडही बहुतेक वेळा स्थिर आणि प्रसन्न असतो.

एम. डी. - बाहेर बसून कंटाळा आला असेल ना?

नीरज - नाही सर. मी मोबाईलवर रील्स पाहत होतो.

एम. डी. - किती रील्स पाहिल्यास? आणि त्या कशा प्रकारच्या होत्या?

नीरज - साधारण दहा-पंधरा पाहिल्या असतील. काही विनोदी होत्या, काही अगदी उगाचच, तर काही माहितीपूर्णही होत्या.

एम. डी. - बरं, पहिली रील कोणती होती, आठवतंय का?

नीरज काही क्षण विचारात पडला.

नीरज - नाही सर. इतक्या रील्स पाहिल्या की आता नेमकी पहिली कोणती होती, ते आठवतच नाही.

एम. डी. हलकंसं हसले.

एम. डी. - हेच तर सांगायचं आहे मला. यावरून तुझं लक्ष किती वेळ एखाद्या गोष्टीवर टिकतं, याची कल्पना येते. रोज आपल्या मनावर माहितीचा एवढा भडिमार होत असतो की आपण काय पाहिलं, हेही काही क्षणांनी आठवत नाही. यालाच इन्फॉर्मेशन ओव्हरलोड म्हणतात. माहिती वाढत जाते; पण लक्ष केंद्रित करण्याची क्षमता मात्र कमी होत जाते. ही फक्त तुझीच समस्या नाही. आजच्या काळात जवळजवळ प्रत्येकाची हीच अवस्था झाली आहे. मोबाईल आणि सतत बदलणाऱ्या स्क्रीनमुळे मनाला एका गोष्टीवर शांतपणे थांबण्याची सवयच उरलेली नाही. आणि योग्य वेळी यावर लक्ष दिलं नाही, तर पुढच्या काळात ही समस्या आणखी गंभीर होईल.

नीरज - पण सर, मी तर फार वेळ रील्सही पाहिल्या नव्हत्या...

एम. डी. - मोबाईल वापरण्यात काहीच गैर नाही. प्रश्न मोबाईलचा नाही, तर त्याच्या आहारी जाण्याचा आहे. एखादी गोष्ट गरजेपलीकडे जाऊन सवय बनते, तेव्हा तीच अडचणीचं कारण ठरते.

तासन्तास मान खाली घालून मोबाईलमध्ये डोळे खुपसून बसणं, ही नक्कीच चांगली सवय नाही. आजची परिस्थिती अशी झाली आहे की, मोबाईल किंवा इतर

कोणतंही गॅजेट हातात असल्याशिवाय अनेकांना चैनच पडत नाही. लहानांपासून मोठ्यांपर्यंत सगळेच नकळत माइंडलेस स्क्रोलिंगमध्ये गुंतलेले दिसतात. एखादं काम संपलं की क्षणाचाही विलंब न लावता हात आपोआप मोबाईलकडे जातो. आपण नेमकं काय पाहणार आहोत, का पाहणार आहोत, याचंही भान राहत नाही. क्षणभर थांबून स्वतःला विचारण्याचीही सवय उरलेली नाही. फक्त बोटं चालत राहतात... एक रील संपते, दुसरी सुरू होते... आणि हे असं सतत सुरू राहतं.

यामुळे माणसाची सजगता दिवसेंदिवस कमी होत चालली आहे, आणि स्क्रीनसमोर घालवला जाणारा वेळ मात्र वाढतच आहे.

एक गमतीशीर प्रसंग सांगतो... एक मित्र दुसऱ्याला म्हणाला, 'अरे, माझा स्क्रीन टाइम खूप वाढलाय. आता तो कमी करायलाच हवा'. दुसरा म्हणाला, 'छान! मग आता दिवसातून किती तास मोबाईल वापरतोस?' पहिला अभिमानाने म्हणाला, 'बराच कमी केलाय'. 'किती?' तो म्हणाला, 'पूर्वी चौदा तास मोबाईल वापरायचो... आता फक्त बारा तासांवर आलो आहे!'

हे ऐकताच नीरजला हसू आवरेना. तो मनापासून हसू लागला.

एम. डी. – पाहिलंस? आज आपली अवस्था किती विचित्र झाली आहे! यातून बाहेर पडायचं असेल, तर आपल्या मेंदूचं नव्याने प्रोग्रामिंग करावं लागेल. त्यासाठी नेहमीपेक्षा काहीतरी वेगळं, काहीतरी नवीन करून पाहावं लागेल. कायमस्वरूपी बदल हवा असेल, तर स्वतःलाच काही आव्हानं द्यावी लागतील.

नीरज – पण सर, ते कसं? आणि त्याचा नेमका फायदा काय होईल?

एम. डी. – त्याचा सर्वांत मोठा फायदा म्हणजे, तुझ्या मेंदूत यशाचं नवीन रेकॉर्ड तयार होईल. प्रत्येक वेळी तू एखादी नवी सवय अंगीकारतोस, तेव्हा मेंदूमध्ये विचारांचा एक नवा मार्ग तयार होतो. त्यालाच 'न्यूरल पाथवे' म्हणतात. रोजच्या सवयींपेक्षा वेगळं काही केलंस, की मेंदू नव्या पद्धतीने काम करायला शिकतो. म्हणजेच त्याची नव्याने प्रोग्रॅमिंग होऊ लागते. म्हणूनच मनाला योग्य दिशा द्यायची असेल, तर स्वतःला काही आव्हानं जाणीवपूर्वक द्यावी लागतात.

नीरज – सर, मग या आव्हानात मला नेमकं काय करायचं आहे?

एम. डी. – पुढचे सात दिवस मोबाईलवर एकही व्हिडिओ पाहायचा नाही. हो... ज्या रील्स तू एकामागून एक पाहत बसतोस ना, त्या पाहायच्या नाहीत. इच्छा झाली तर त्यांचा फक्त आवाज ऐकायचा; पण स्क्रीनकडे पाहायचं नाही. रात्री

झोपण्यापूर्वीही व्हिडिओ पाहायचे नाहीत. ऑडिओ ऐकायला हरकत नाही; पण नियम एकच– **नो व्हिडिओ... ओन्ली ऑडिओ.**

फक्त सात दिवसांसाठी व्हिडिओंपासून स्वतःला जाणीवपूर्वक दूर ठेव. हा एक छोटासा प्रयोग समज. आणि लक्षात ठेव, कोणतंही ज्ञान प्रत्यक्ष आयुष्यात उतरवलं, प्रयोग करून पाहिले, तरच त्याची खरी ताकद समजते. बोल, हे सात दिवसांचं आव्हान स्वीकारायला तू तयार आहेस का?

नीरज – हो सर, मी हे आव्हान स्वीकारायला तयार आहे.

एम. डी. – छान! हाच उत्साह हवा. आपला मेंदू ही अतिशय गुंतागुंतीची आणि विलक्षण रचना आहे. त्यामध्ये असंख्य न्यूरॉन्स असतात. हे न्यूरॉन्स म्हणजे आपल्या शरीरातील संदेशवाहक. ते न्यूरोट्रान्समीटरच्या साहाय्याने एकमेकांशी संपर्क साधतात आणि एक विशाल जाळं तयार करतात. या जाळ्यामुळे शरीराच्या प्रत्येक भागातून माहिती मेंदूपर्यंत पोहोचते आणि मेंदूकडून शरीराला आवश्यक सूचना दिल्या जातात. हे सगळं आपल्या नकळत, अखंडपणे आणि अत्यंत अचूकपणे सुरू असतं.

नीरज – सर, या न्यूरॉन्सची संख्या कोट्यवधी असेल ना?

एम. डी. – कोट्यवधी नाही... अब्जावधी! हे समजून घ्यायचं असेल तर एक उदाहरण घे. आपल्या सूर्यमालेत नऊ ग्रह आहेत. कल्पना कर, त्या प्रत्येक ग्रहावर आठ अब्ज माणसं राहतात. त्या सर्वांची संख्या एकत्र केली, तरी त्यात आणखी काही अब्जांची भर घालावी लागेल. इतक्या प्रचंड संख्येने न्यूरॉन्स आपल्या मेंदूत कार्यरत असतात.

नीरज आश्चर्यचकित झाला.

नीरज – म्हणजे आपल्या मेंदूत इतके न्यूरॉन्स असतात?

एम. डी. – हो आणि त्यांचं जाळंही तितकंच गुंतागुंतीचं आहे. तू जे काही पाहतोस, ऐकतोस, स्पर्शातून अनुभवतोस किंवा जाणतोस, त्या प्रत्येक अनुभूतीमागे या न्यूरॉन्सचं कार्य असतं. शरीराच्या प्रत्येक भागातून ते क्षणार्धात मेंदूपर्यंत संदेश पोहोचवतात. आनंद, दुःख, वेदना, भीती, उत्साह–कोणतीही भावना असो, तिची माहिती या न्यूरॉन्सच्या जाळ्यातून लगेच मेंदूपर्यंत पोहोचते. त्यानुसार मेंदूत आवश्यक रसायनं स्रवतात आणि शरीर त्या भावनेला प्रतिसाद देतं.

आपल्या मेंदूमध्ये आधीपासूनच अनेक न्यूरल पाथवेज तयार झालेले असतात. म्हणजेच आपल्या सवयी, विचार आणि प्रतिक्रियांचे ठरावीक मार्ग तयार झालेले

असतात. त्यावरच आपल्या मनाचं आणि वागण्याचं प्रोग्रॅमिंग तयार होत असतं.

पण मोबाईलचा अतिरेक इथेच घात करतो. सतत डोळ्यांसमोर येणाऱ्या माहितीचा भडिमार मेंदूवर होऊ लागला की या न्यूरॉन्सवर अनावश्यक ताण पडतो. त्यामुळे त्यांच्या नैसर्गिक कार्यात अडथळे निर्माण होतात आणि मेंदूचं प्रोग्रॅमिंगही चुकीच्या दिशेने जाऊ लागतं.

म्हणूनच गॅजेट्स वापरू नयेत असं नाही; पण त्यांचा वापर सजगपणे आणि मर्यादेत व्हायला हवा. कारण आपण मोबाईलचा जितका वापर करतो, तितकाच तो नकळत आपल्या मनालाही घडवत असतो.

नीरज – सर, मग हे प्रोग्रॅमिंग बदलायचं कसं?

एम. डी. – त्यासाठी एक अतिशय महत्त्वाची सवय लावावी लागेल– क्षणभर थांबण्याची. पॉज घेण्याची.

तुमच्या सहज मनाला जागं करायला शिका. सहज मन प्रत्येक काम अधिक सुंदर, अधिक परिणामकारक करतं. पण तोलूमन सतत तुलना करत राहतं, निर्णय देत राहतं आणि नसलेल्या समस्या निर्माण करतं. म्हणून सहज मनाला अधिक सक्षम करणाऱ्या सवयी लावून घ्या. सर्जनशील कामांची निवड करा. सुरुवातीला कदाचित वाटेल, हे आपल्याला जमणार नाही. पण सातत्य ठेवलं, तर हळूहळू ते सहज घडू लागतं.

यासाठी दिवसभरात अधूनमधून स्वतःला 'पॉज'(pause) द्या. म्हणजेच... काही क्षण जाणीवपूर्वक थांबा. आयुष्यात असा थांबण्याचा क्षण असणं खूप गरजेचं आहे. एक काम पूर्ण झालं आणि दुसरं सुरू करायचं आहे, अशा प्रत्येक वेळी क्षणभर थांबा. स्वतःला वर्तमानात आणा. लगेच सवयीने मोबाईल हातात घेऊ नका.

शांतपणे स्वतःला सांगा– आता मी जे काम करणार आहे, ते सहज मनाने आणि पूर्ण जागरूकतेने करणार आहे.

या छोट्याशा सरावातून तुमच्यात सजगता वाढू लागेल. आणि जेव्हा एखादं काम पूर्ण भान ठेवून केलं जातं, तेव्हा त्या कामाची गुणवत्ता आपोआप उंचावते. हेच आपल्या विचारांबाबत आणि भावनांबाबतही लागू होतं. भावनांच्या भरात आपण इतके वाहवत जातो की, कुठे थांबायचं हेच विसरून जातो. मग माणूस दिवसेंदिवस दुःख, वेदना आणि मानसिक ताण सहन करत राहतो. आणि अनेकदा यामागचं कारण एकच असतं– योग्य वेळी 'पॉज' न घेणं.

अशा वेळी कुणीतरी आपल्याला विचारायला हवं-तू नेमका कोणत्या दिशेने चालला आहेस? तुझं मन एवढं अस्वस्थ का आहे? तुझं लक्ष सतत कोणत्या विचारांवर केंद्रित आहे?

अनेकदा आपण ज्याला समस्या समजतो, ती प्रत्यक्षात अतिविचारांची (Overthinking) साखळी असते.

अशा वेळी स्वतःलाच एक प्रश्न विचार- ज्या विचारांना मी सतत महत्त्व देतो आहे, ते माझी ऊर्जा वाढवत आहेत की तीच संपवून टाकत आहेत? म्हणूनच, काही क्षण थांबा. स्वतःला विचारा- या विचाराकडे मला लक्ष द्यायचं आहे का? आठवतंय ना... आपण झाडांचं उदाहरण पाहिलं होतं? लक्षरूपी पाणी काटेरी झुडपाला घालायचं, की सदाहरित फुलझाडाला? निर्णय तुमच्या हातात आहे. कारण ज्या विचारांवर तुम्ही लक्ष केंद्रित करता, तेच विचार तुमच्या आयुष्यात वाढू लागतात.

नीरज - हो सर, अगदी व्यवस्थित लक्षात आहे.

एम.डी. - छान. मग आता त्या पॉजचा खरा उपयोग समजून घे. या छोट्याशा पॉजमध्येच आपल्याला स्वतःच्या कितीतरी चुका दिसू लागतात. घाईघाईत, विचार न करता केलेल्या कृतींचे परिणाम बहुतेक वेळा नुकसानकारकच ठरतात, पण क्षणभर शांतपणे थांबून, विचारपूर्वक निर्णय घेतला, तर त्यातून यशही मिळतं, मनःशांतीही मिळते आणि समाधानही.

आज कोणाकडे थांबायला वेळ आहे? माणूस फक्त इतरांना धावताना पाहतो आणि स्वतःही धावू लागतो. नेमकं काय मिळवायचं आहे, हेच माहीत नसतं. आणि जे मिळवण्यासाठी एवढी धडपड चालली आहे, त्याची खरंच गरज आहे का, हा प्रश्नही तो स्वतःला कधी विचारत नाही.

म्हणूनच 'पॉज' इतका महत्त्वाचा आहे. क्षणभर थांबा... स्वतःसाठी एक विराम घ्या. हा छोटासा विराम तुम्हाला तुमच्या कामाशी पुन्हा जोडतो. तुमचं मन, विचार आणि कृती यांच्यात सुसंवाद निर्माण होऊ लागतो.

आजच्या जगातून ही थांबण्याची सवयच हळूहळू नाहीशी होत चालली आहे. मोबाईल आल्यानंतर तर परिस्थिती आणखी गंभीर झाली आहे. एक काम संपलं की दुसरं सुरू होण्याआधी स्वतःला भेटण्यापुरताही लोकांकडे वेळ उरलेला नाही. त्या दोन क्षणांच्या शांततेत राहण्याऐवजी हात आपोआप मोबाईलकडे जातो. विचार

करण्यासाठी, स्वतःला ऐकण्यासाठी, मनाची दिशा तपासण्यासाठी मिळणारा तो मौल्यवान वेळ स्क्रीनमध्ये विरघळून जातो.

म्हणून आजपासून एक छोटासा प्रयोग करून बघ.

तुझ्या आयुष्यात *'पॉज'* ला स्थान दे.

कामाच्या मध्ये काही क्षण जाणीवपूर्वक थांब. श्वासाकडे लक्ष दे. स्वतःला विचार, आता पुढचं पाऊल मी सजगपणे टाकतोय का? हे काही दिवस मनापासून करून बघ... आणि मग स्वतःच त्याचा परिणाम अनुभव.

नीरज - हो सर. आजपासून मी नक्की हा सराव करेन.

एम. डी. - छान. चला, जाता जाता एक विनोद सांगतो. एक मित्र दुसऱ्याला विचारतो, 'अरे, आजकाल लग्नात इतके कार्यक्रम का ठेवतात? तेही सलग तीन-चार दिवस! कधी वेलकम पार्टी, कधी संगीत, कधी मेहंदी, कधी हळद... आणि अजून कितीतरी. एवढा सगळा गोंधळ कशासाठी?'

दुसरा मित्र हसत म्हणाला, 'अरे, एकच कारण... नवरा-नवरीला निवांत बसून आपण एकमेकांशी लग्न का करतोय?' हा विचार करायला वेळच मिळू नये म्हणून!

दोघेही मनापासून हसू लागले. हसत-हसतच त्या दिवसाची भेट संपली. नीरजने कृतज्ञतेने एम.डी. सरांचे आभार मानले आणि नव्या निर्धाराने त्यांचा निरोप घेतला.

सारांश

१. मोबाईलचा अतिरेक लक्ष केंद्रित करण्याची क्षमता कमी करतो. सतत रील्स व व्हिडिओ पाहिल्यामुळे मेंदूवर माहितीचा भडिमार होतो, त्यामुळे एकाग्रता, सजगता आणि विचारशक्ती कमी होते.

२. नव्या चांगल्या सवयींमुळे मेंदूचे प्रोग्रॅमिंग बदलते. सात दिवस व्हिडिओ टाळण्यासारखी छोटी आव्हाने स्वीकारल्यास नवीन न्यूरल पाथवे तयार होतात आणि सकारात्मक सवयी विकसित होतात.

३. 'पॉज' घेण्याची सवय जीवनात महत्त्वाची आहे. प्रत्येक कामाच्या आधी

काही क्षण थांबून सजगपणे विचार केल्यास योग्य निर्णय, मानसिक शांतता आणि कामाची गुणवत्ता वाढते.

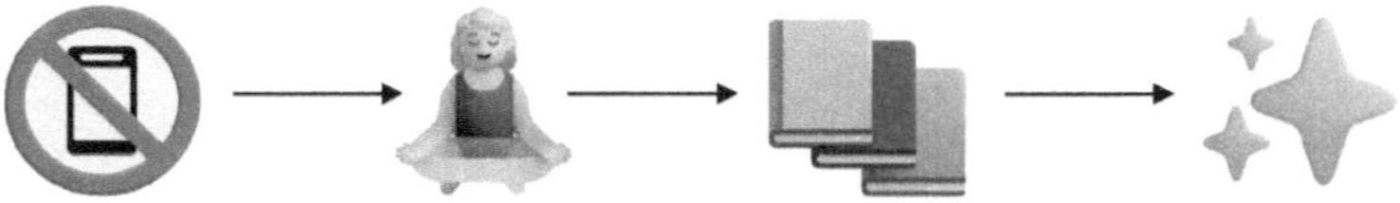

अध्याय

१०

मनाच्या पलीकडे

एम. डी. सर आपल्या कार्यालयात काही महत्त्वाच्या कामात गुंतले होते. थोड्याच वेळात ते उठले, पुस्तकांच्या कपाटातून काही पुस्तके काढली, ती टेबलावर ठेवली आणि बेल वाजवली. आवाज ऐकताच प्यून आत आला. एम. डी. सरांनी त्याला नीरजला बोलावून आणायला सांगितले.

नीरज त्या वेळी कँटीनमध्ये मित्रांसोबत बसला होता. प्यून त्याला घेऊन कार्यालयात आला. अचानक बोलावणं आल्यामुळे नीरजच्या मनात कुतूहल आणि आनंद दोन्ही होते. आज तर माझी सरांशी भेट ठरलेलीही नव्हती. मग त्यांनी मला अचानक का बोलावलं असेल? असा विचार करत तो आत गेला.

सरांनी त्याला समोर बसायला सांगितलं. मग टेबलावर ठेवलेली सहा-सात पुस्तके उचलून त्याच्या हातात दिली.

एम. डी. - नीरज, मला वाटतं, तू ही चरित्रं जरूर वाचावीस. ही पुस्तकं तुला केवळ प्रेरणा देणार नाहीत, तर आयुष्याकडे पाहण्याची नवी दृष्टीही देतील.

खरं तर आजच्या काळात माणसाने मोबाईलवर तासन्‌तास वेळ घालवण्यापेक्षा, महान व्यक्तींची चरित्रं वाचण्याची सवय लावली पाहिजे. अशा वाचनातून माणूस केवळ माहिती गोळा करत नाही, तर स्वतःचं व्यक्तिमत्त्वही समृद्ध करत जातो.

नीरज – हो सर, तुम्ही अगदी बरोबर सांगत आहात. ही चरित्रं दिल्याबद्दल तुमचे मनःपूर्वक आभार. मी ती नक्की वाचेन.

एम. डी. – बरं, आत्ता काय करत होतास?

नीरज – काही विशेष नाही सर. आजचे सगळे लेक्चर्स संपले होते, म्हणून थोडा वेळ मित्रांसोबत कँटीनमध्ये बसलो होतो.

एम. डी. – वा! म्हणजे चांगले मित्रही जोडले आहेस तर.

नीरज – हो सर.

एम. डी. – चल, थोडं बाहेर लॉनमध्ये फेरफटका मारूया.

दोघेही निवांत चालत एका बाकावर येऊन बसले.

एम. डी. – सांग, आता तुझ्या मनाची काय अवस्था आहे?

नीरज – सर, तुम्ही दिलेल्या मार्गदर्शनामुळे माझ्या खराब मूडची समस्या जवळजवळ संपली आहे. पूर्वीसारखं क्षुल्लक गोष्टींनी मन अस्वस्थ होत नाही. लगेच दुःखीही वाटत नाही.

सध्या मी 'लिखाण नियम' हे पुस्तक वाचतो आहे. त्यातून प्रेरणा घेऊन मी आत्मनिरीक्षण, आत्मविश्लेषण आणि मनन करण्याचा सराव सुरू केला आहे. मनात गोंधळ निर्माण करणारे विचार मी लिहून काढतो. त्यामुळे मन बरंच हलकं होतं. कधी एखादी नवी कल्पना सुचली, तरी तीही स्वतंत्रपणे नोंदवून ठेवतो.

एम. डी. – खूप छान.

समस्या लिहून काढून त्यावर उपाय शोधण्याची सवय ही अतिशय मौल्यवान आहे. हा सराव सुरूच ठेव. काही दिवसांनी मागे वळून पाहिलंस, तर स्वतःमध्ये झालेला बदल तुलाच जाणवेल.

आणखी एक गोष्ट...

तू जे काही काम करशील, त्यात स्वतःची मौलिकता आणण्याचा प्रयत्न कर. ते अधिक चांगलं कसं करता येईल, याचा सतत विचार कर. तुझ्या प्रत्येक कृतीत तुझा स्वतःचा स्पर्श असू दे.

प्रत्येक माणसामध्ये काही ना काही वैशिष्ट्यपूर्ण गुण दडलेले असतात. ते शोधून विकसित करणं, हीच खरी प्रगती आहे. माणूस जेव्हा स्वतःच्या आवडी-निवडी,

छंद आणि कलांमध्ये मनापासून रमू लागतो-लेखन, गायन, नृत्य, चित्रकला, हस्तकला किंवा इतर कोणत्याही सर्जनशील उपक्रमात स्वतःला व्यक्त करू लागतो- तेव्हा निराशा जवळपासही फिरकत नाही, कारण अशा वेळी त्याचं लक्ष आपोआप सर्जन, सकारात्मकता आणि विकासाकडे वळतं. आणि जिथे सर्जनशीलता फुलते, तिथे नकारात्मक विचार हळूहळू आपली पकड ढिली करू लागतात.

'युनिव्हर्सल माइंड' एकच आहे आणि त्याची कार्य करण्याची पद्धत, त्याचे नियमही सर्वांसाठी सारखेच आहेत. जगातला प्रत्येक माणूस रागावतो, दुःखी होतो, आनंदी होतो. प्रत्येकाच्या मनात प्रेम, करुणा आणि जिव्हाळा उमलतो. भावना सगळ्यांच्या सारख्याच असतात. फरक असतो तो फक्त त्या व्यक्त करण्याच्या पद्धतीत. तुम्ही कोणत्याही देशात जा, कोणत्याही जाति-धर्माच्या किंवा संस्कृतीच्या लोकांना भेटा; त्यांच्या मनाची रचना आणि मनःस्थिती मूलतः सारखीच असते. म्हणूनच प्रत्येकाचा मूड बिघडण्याची कारणंही जवळजवळ सारखीच असतात. जसं अनेकदा तुलाच कळत नाही की तुझा मूड नेमका कशामुळे बिघडला, तसंच इतरांनाही त्यांच्या मनात काय घडत आहे, याची जाणीव नसते.

दोन शब्द कायम स्मरणात ठेव.

पहिला 'हाल-ए-मन' म्हणजे मनाची अवस्था. दुसरा 'जान-ए-मन' म्हणजे मनाचा प्राण (जान).

आपल्या मनाचा प्राण आपल्या शरीरात अडकलेला असतो. शरीरात काहीही बदल झाला- थोडासा त्रास, थकवा, अस्वस्थता किंवा एखादी भावना उमटली की मन लगेच त्याच्याशी स्वतःला जोडून घेतं आणि मूड बिघडतो. जोपर्यंत त्या अस्वस्थतेचं कारण शोधून त्यावर उपाय मिळत नाही, तोपर्यंत मन शांत होत नाही. याचं कारण एकच... मनाने स्वतःची ओळख शरीराशी जोडून टाकली आहे. शरीर आणि मन यांची इतकी घट्ट ओळख झाली आहे की मनाला वाटू लागलं आहे, हे शरीर म्हणजेच मी. आणि हाच सर्वांत मोठा भ्रम आहे, सर्वांत मोठं अज्ञान. **'तुम्ही शरीर नाही. तुम्ही शरीरासोबत आहात'**. हे आहे सत्य.

ही गोष्ट केवळ मानायची नाही, तर अनुभवातून जाणायची आहे. म्हणून मनाची प्रत्येक गोष्ट चांगली किंवा वाईट अशी विभाजन करण्याची सवय मोडा. मन काय बोलतंय, त्याच्याशी वाद घालू नका. विचारांशी झुंज देऊ नका. त्यांच्याकडे शांत, साक्षीभावाने पाहायला शिका.

स्वतःला वारंवार आठवण करून द्या- **मी शरीरासोबत आहे; मी शरीर नाही.**

शरीरात जे काही घडत आहे, ते माझ्यात घडत नाही; ते शरीरापुरतंच आहे. ही समज म्हणजेच उच्च दर्जाचं आत्मज्ञान आहे.

आजवर जेवढं समजलं आहे, ते आता प्रत्यक्ष जगायला सुरुवात कर. कारण मी शरीर नाही, शरीरासोबत आहे ही फक्त मानण्याची गोष्ट नाही; ती अनुभवातून सत्य म्हणून जाणण्याची गोष्ट आहे.

जेव्हा मन अस्वस्थ होतं, तेव्हा त्याचा परिणाम मूडवर होतो. पण ज्याला स्वतःची खरी ओळख कळली, तो त्या अस्वस्थतेतही स्वतःला हरवून बसत नाही. जेव्हा मन तणावात जातं, तेव्हा शरीरात आनंददायी रसायनांचं संतुलनही बिघडतं. त्यामुळे मूड खालावतो; पण जेव्हा तुम्ही स्वीकाराचा मंत्र जगायला सुरुवात करता, तेव्हा हळूहळू तुमच्या आत पुन्हा हॅपी हार्मोन्स तयार होऊ लागतात. समाधानाची भावना वाढते आणि जीवनाकडे पाहण्याचा दृष्टिकोन बदलू लागतो.

मग आनंदी राहण्यासाठी तुम्हाला बाह्य साधनांवर अवलंबून राहावं लागत नाही. स्वतःच्या आत आनंद निर्माण करण्याची कला तुम्ही शिकता. त्यामुळे तुम्ही लोकांवर किंवा परिस्थितींवर हे ओझं टाकत नाही की, कोणी तरी माझा मूड ठीक करावा, कोणीतरी मला आनंदी करावं.

ध्यानात बसल्यावर नेमकं काय घडतं? जे आधी फक्त मान्य केलं होतं, ते अनुभवातून जाणिवेत उतरू लागतं. मी शरीर नाही. ही गोष्ट मग केवळ विचार राहत नाही; ती प्रत्यक्ष अनुभव बनते. यालाच आत्मसाक्षात्कार म्हणतात. हा अनुभव मिळवण्यासाठी सातत्याने साधना करणं आवश्यक आहे.

एका उदाहरणातून हे समजून घे.

तू चित्रपटगृहात चित्रपट पाहतोस. पडद्यावर प्रकाश पडतो, म्हणून तुला चित्रपट दिसतो. पण त्या पडद्याकडे नीट पाहिलंस, तर चित्रपट कितीही बदलला तरी पडदा तसाच राहतो. आपल्याही आत असाच एक अदृश्य पडदा आहे. आपली पाच ज्ञानेंद्रिये-डोळे, कान, नाक, जीभ आणि त्वचा- ही जणू प्रोजेक्टरसारखी बाहेरच्या जगाची माहिती त्या पडद्यावर दाखवत असतात. आपण जे काही पाहतो, ऐकतो, अनुभवतो, ते त्या पडद्यावर उमटणाऱ्या चित्रांसारखं असतं. पडदा मात्र केवळ तिथे असतो. तो बदलत, हलत नाही, जळत नाही, भिजत नाही.

ज्यांनी कैवल्य अवस्था प्राप्त केली, ज्यांनी या पडद्याला ओळखलं, त्यांना कळलं की जीवनातील सगळा खेळ या पडद्यावरच चालतो आहे. या शोधालाच अध्यात्म म्हटलं गेलं.

अनुभव येतात... जातात... पण त्या साक्षीस्वरूप पडद्यावर त्यांचा कायमस्वरूपी परिणाम होत नाही. तो नेहमीच निर्मळ आणि अस्पर्शित राहतो.

हे आणखी सोपं करून सांगतो. चित्रपटात समुद्र दाखवला, तर पडदा ओला होत नाही. बर्निंग ट्रेन दाखवली तरी आगीने पडदा जळत नाही. महाभारतासारखं युद्ध दाखवलं, रक्तपात झाला, तरी पडद्यावर रक्ताचा एक थेंबही लागत नाही. त्याचप्रमाणे जीवनात कितीही सुख-दुःख, यश-अपयश, राग-प्रेम, लाभ-हानी अनुभवायला मिळाली, तरी तुमच्यातील साक्षीस्वरूप अस्तित्व त्याने कधीही कलुषित होत नाही.

यालाच संतांनी अलख निरंजन म्हटलं आहे- असं शुद्ध, निर्मळ अस्तित्व, ज्यावर कोणताही डाग लागत नाही. सर्व अनुभव त्याच्यामधून येतात आणि जातात; पण ते अस्तित्व मात्र सदैव तसंच, शांत, निरपेक्ष आणि अखंड राहतं.

एक छोटीशी कविता आहे. ती आपल्याला आयुष्यात काय गमावलं, काय मिळवलं, काय मिळालंच नाही आणि त्याहीपलीकडे काय आहे, याचा विचार करायला लावते. ती वाच आणि तिचा अर्थ स्वतःच्या डायरीत लिही.

जे गमावलं, त्याचं दुःख नाही.

जे मिळालं, तेही कमी नाही.

जे मिळालंच नाही, ते फक्त एक स्वप्न आहे.

आणि जे 'आहे', ते मात्र अप्रतिम आहे.

या कवितेतील चौथी ओळ अनेकांना लगेच समजत नाही.

पहिल्या दोन ओळी समजायला सोप्या आहेत- जे हरवलं त्याचं शोक करू नको, जे मिळालं त्यात समाधान मान. तिसरी ओळ सांगते की जे मिळालं नाही, ते अजून फक्त कल्पना किंवा स्वप्न आहे.

पण चौथी ओळ...

जे 'आहे', ते आहे ते अप्रतिम आहे.

हे 'आहे' म्हणजे नेमकं काय?

याच '**आहे**'चा शोध म्हणजे अध्यात्म.

या शुद्ध अस्तित्वाच्या अनुभूतीत खोलवर उतरायचं आहे. 'मी आहे' या निखळ अस्तित्वाचा प्रत्यक्ष अनुभव घेणं, हाच ध्यानाचा खरा उद्देश आहे.

चल, आता सभागृहात जाऊन काही मिनिटे ध्यान करूया. आज आपण ज्या ध्यानाचा अनुभव घेणार आहोत, त्याचं नाव आहे-

इजनेस मेडिटेशन.

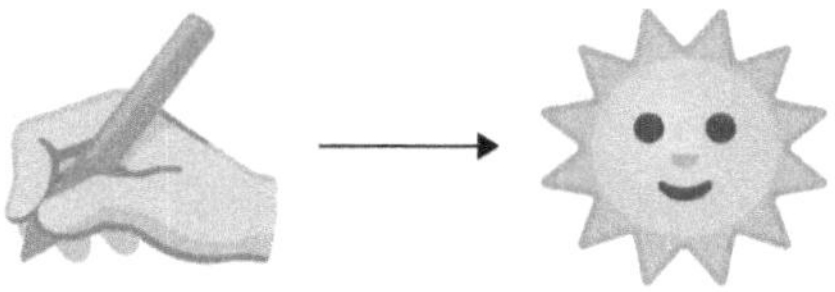

अध्याय

११

'इजनेस' मेडिटेशन

आज एम. डी. सरांनी सभागृहात सर्वांसाठी एका विशेष ध्यानसत्राचं आयोजन केलं होतं. सर्व विद्यार्थ्यांना आधीच वेळेवर येऊन शांतपणे बसण्याच्या सूचना दिल्या होत्या.

सभागृहात गोलाकार पद्धतीने खुर्च्या मांडल्या होत्या. सर्व विद्यार्थी डोळे मिटून शांत बसले होते. नीरजही येऊन आपल्या जागेवर बसला. संपूर्ण हॉलमध्ये एक विलक्षण शांतता पसरली होती.

काही क्षणांनी मायक्रोफोनवरून एम. डी. सरांचा प्रेमळ आणि स्वागत करणारा आवाज घुमला. सर्वांचं अभिवादन करून त्यांनी ध्यानसत्राची सुरुवात केली.

एम. डी. - आज आपण सर्वजण एक सुंदर ध्यानाचा अनुभव घेणार आहोत. या ध्यानाचं नाव आहे 'इजनेस मेडिटेशन' (Isness Meditation).

हे ध्यान करण्यासाठी तुम्ही सर्व तयार आहात ना?

सर्व विद्यार्थी – (*एकसुरात*) हो सर!

एम. डी. - छान...

आता सर्वजण पाठीचा कणा सरळ ठेवून आरामात बसा. हळूच आपले डोळे मिटा. आता अतिशय संथ गतीने काही दीर्घ श्वास घ्या... हळूहळू श्वास आत घ्या...

आणि हळूहळू बाहेर सोडा... श्वास घेताना पोट सहजपणे बाहेर येऊ द्या... आणि श्वास सोडताना पोट अलगद आत जाऊ द्या... फक्त श्वासाच्या या नैसर्गिक लयीकडे शांतपणे लक्ष द्या...

आता आपल्या मनाला शांततेत स्थिर होऊ द्या. मनात कितीही विचार येऊ देत, जाऊ देत. मूड बदलू दे किंवा न बदलू दे; आत असलेलं मी आहे (Isness) हे अस्तित्व मात्र बदलत नाही. ते सदैव तसंच शांत आणि स्थिर असतं. काही क्षणांनी तुम्ही डोळे उघडाल, पण ही शांतता आणि साक्षीभाव तसाच ठेवण्याचा प्रयत्न करा.आता तुमचं ध्यान कशावर असेल? जे काही दिसत आहे, त्याकडे फक्त पाहायचं आहे.

असं अनुभवा की जणू तुम्ही शरीराच्या मागे उभे राहून शरीराकडे पाहत आहात. डोळ्यांच्या मागे राहून डोळ्यांकडे पाहत आहात. आजवर आपण डोळ्यांनी जग पाहिलं; पण डोळ्यांना पाहणारा कोण आहे? हा अनुभव बहुतेकांनी कधी घेतलेलाच नसतो. मन म्हणेल डोळे बंद करू? पण उघड्या डोळ्यांनीच हा अनुभव घ्यायचा आहे. आता हळूहळू मान उजवीकडे वळवा. उजवीकडे पाहताना स्वतः ला उजवीकडून पाहा. मागून स्वतःकडे पाहत असल्याची जाणीव ठेवा. आता हळूच मान डावीकडे वळवा. डावीकडे पाहतानादेखील स्वतःला पाहणाऱ्या साक्षीची जाणीव ठेवा. मन पुन्हा पुन्हा जुन्या सवयीकडे जाईल. काही हरकत नाही. त्याला प्रेमाने विचारा-

कुठून पाहतो आहेस? पुन्हा शरीराच्या पलीकडे जाऊन, साक्षीभावातून स्वतःकडे पाहा. स्वतःकडे बघताना पाहा. तुम्ही शरीराच्या बाहेर आहात.

आता डोळे अलगद मिटा. शरीराला ऐकताना ऐका. शरीराला काही ऐकू येत आहे. आजूबाजूला अनेक आवाज आहेत. त्या आवाजांना विरोध करू नका, त्यांचा पाठलागही करू नका. फक्त ऐकत राहा... शरीर ऐकत आहे. तुम्हाला शरीर ऐकत आहे याची जाणीव आहे. हे लक्षात घ्या की तुम्ही ऐकणारे नाही, तर ऐकण्यालाही जाणणारे आहात.

ना भूतकाळ आहे, ना भविष्य, फक्त वर्तमान क्षण आहे.

आता विचारांकडे लक्ष द्या. कोणते विचार येत आहेत? त्यांना थांबवण्याचा प्रयत्न करू नका. जणू शरीराच्या बाहेरून त्यांच्याकडे पाहत आहात, अशा शांतपणे त्यांना पाहा. विचार मनात येतात आणि जातात. तुम्ही त्यांचे साक्षीदार आहात. जर

काही क्षण विचार थांबले, तर त्या निर्विचार शांततेची जाणीव करून घ्या. आणि पुन्हा विचार आले, तरी त्यांनाही फक्त पाहत राहा.

लक्षात ठेवा- तुम्ही शरीर नाही.

आता शरीरात एखादी इच्छा, भावना किंवा संवेदना निर्माण झाली, तरी तिलाही फक्त पाहा. तिच्याशी एकरूप होऊ नका. ती जिथून आली आहे, तिथेच निघून जाईल. फक्त त्या इच्छेला कोण जाणत आहे, त्याला ओळखा. यासाठी काही करण्याची आवश्यकता नाही. फक्त असायचं असतं. मनाला काहीच करायचं नसतं. ही फक्त तिथे असण्याची अवस्था असते.

आहे...

मी आहे...

या निखळ अस्तित्वात काही क्षण विसावा घ्या.

आता हळूहळू आपल्या जागेवर उभे राहा. उभे राहतानाही ही जाणीव ठेवा- शरीर उभं आहे; पण मी फक्त 'आहे' या शुद्ध अस्तित्वाचा साक्षी आहे. आता हळूहळू दोन्ही हात वर उचला. त्यांची जाणीव ठेवा. अनुभवा... आता डोकं हलकेच वर उचला... मुक्ततेचा अनुभव घ्या... असं अनुभवा की जणू तुम्ही शरीराकडे बाहेरून पाहत आहात. स्वतःला पाहा... बाहेरून स्वतःचे निरीक्षण करा.

आता हळूहळू सर्वजण आपल्या जागेवर बसा. हात खाली करा. अलगद डोळे उघडा. ध्यान पूर्ण होताच संपूर्ण सभागृह टाळ्यांच्या कडकडाटाने दुमदुमून गेले.

एम. डी. - स्वतःला टाळ्या वाजवताना बघा. आहे... आहे... आहे...अप्रतिम आहे... जे आहे ते अप्रतिम आहे.

एम. डी. - हे ध्यान तुम्हा सर्वांना करता आलं का?

सर्व विद्यार्थी - (*एकसुरात*) हो सर!

एम. डी. - खूप छान!

ध्यानसत्र संपल्यावर सर्वजण सभागृहातून बाहेर पडले. नीरजही भारावलेल्या अवस्थेतच आपल्या वर्गात गेला.

सारांश

१. प्रत्येक माणसाचं मन मुळात सारखंच असतं. तुम्ही जगात कुठेही जा, प्रत्येकाला राग येतो, दुःख होतं, आनंद होतो. प्रेम, दया आणि करुणेची भावनादेखील सर्वांमध्ये सारखीच असते.

२. तुम्ही शरीर नाही; तुम्ही शरीरासोबत आहात. शरीर हे तुम्हाला मिळालेलं एक साधन आहे, पण शरीराशी इतकी ओळख निर्माण झाली आहे की आपणच हे शरीर आहोत, असा ठाम समज होऊन बसला आहे.

३. मौन आणि ध्यानाच्या अवस्थेत स्वतःचा प्रत्यक्ष अनुभव (स्वानुभव) होऊ लागतो. तेव्हाच मी कोण आहे? या मूलभूत प्रश्नाचं उत्तर केवळ बौद्धिक राहत नाही, तर त्याची खोल अंतःप्रचीती (कन्व्हिक्शन) निर्माण होऊ लागते.

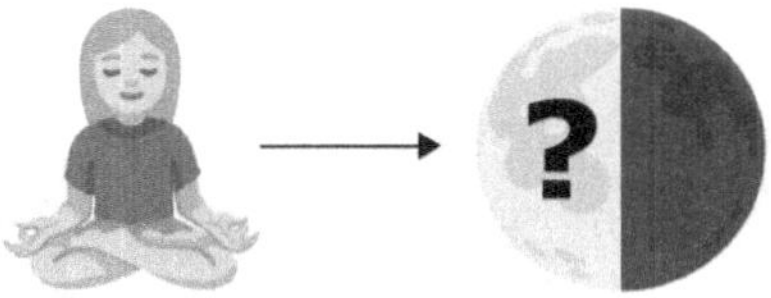

अध्याय

१२

सात पानांच्या डायरीतून

एम. डी. सरांशी झालेला प्रत्येक संवाद नीरज आपल्या डायरीत आवर्जून नोंदवून ठेवायचा. त्या नोंदींवर तो पुन्हा पुन्हा मनन करायचा. त्या चिंतनातून त्याला जे आकलन, जी स्पष्टता लाभली, तिचाच हा संक्षिप्त सारांश.

आयुष्य नेहमी आपल्या मनाप्रमाणे घडत नाही. कधी कोणतंही ठोस कारण नसताना मनावर एक अनामिक उदासी दाटून येते. मन जड झाल्यासारखं वाटतं. अगदी क्षुल्लक गोष्टीही टोचू लागतात. मन रमवण्यासाठी काहीच सुचत नाही. अशा वेळी नकळत एकच प्रश्न पुन्हा पुन्हा डोकं वर काढतो-

या मनःस्थितीतून बाहेर कसं पडायचं? जाणीवपूर्वक मन प्रसन्न कसं ठेवायचं? थोडक्यात, मूड कसा सुधारायचा?

कधी कधी वाटतं, एखादं असा स्विच असावा की जो दाबताच सगळंच बदलून जावं. मनात साचलेला अंधार नाहीसा व्हावा, विचारांवरचं धुकं दूर व्हावं आणि जीवन पुन्हा एकदा स्वच्छ, निर्मळ नजरेने दिसू लागावं.

प्रत्यक्षात मात्र मनासाठी असं कोणतंही जादूचं बटण नसतं. क्षणात मनःस्थिती बदलून जाईल, अशी सोपी युक्तीही नसते; पण याचा अर्थ बदल अशक्य आहे, असा अजिबात नाही.

जीवनात काही सकारात्मक बदल स्वीकारले, काही चांगल्या सवयी अंगीकारल्या आणि योग्य विचारसरणी विकसित केली, तर मनःस्थिती केवळ सुधारत नाही, तर ती अधिक स्थिर, प्रसन्न आणि सक्षम बनते.

अशाच काही महत्त्वाच्या गोष्टी

१. स्वीकार मंत्र

आपल्या भावनांकडे कधीही दुर्लक्ष करू नका. उदासी, राग, दुःख, नैराश्य अशा भावना मनात आल्या, की अनेक जण त्या दाबून टाकण्याचा प्रयत्न करतात. मला असं वाटायला नको... मी कमकुवत दिसता कामा नये... अशा विचारांनी त्या भावनांना नाकारलं जातं, पण भावना दडपून टाकल्याने त्या नाहीशा होत नाहीत; उलट मनावरील ताण अधिक वाढत जातो.

त्यापेक्षा स्वतःशी प्रामाणिक राहा आणि शांतपणे स्वतःला सांगा- '**आज मला बरं वाटत नाही... आणि तेही ठीक आहे. ही अवस्था कायमची नाही. थोड्या वेळाने सर्व काही पूर्ववत होईल**'. लक्षात ठेवा, आपल्या भावनांचा स्वीकार करणं म्हणजे त्यांच्यासमोर हार मानणं नव्हे; उलट त्यातून बाहेर पडण्याच्या प्रवासातील ते पहिलं आणि सर्वांत महत्त्वाचं पाऊल आहे.

एम.डी. सरांनी मला सर्वप्रथम स्वतःची मनःस्थिती स्वीकारायला शिकवलं. त्या एका शिकवणीमुळे माझी समज अधिक परिपक्व झाली, माझी जाणीव विस्तारली आणि जीवनाकडे पाहण्याचा एक नवा दृष्टिकोन मिळाला. त्याचबरोबर कोणती कृती करावी, याची स्पष्टताही मिळाली. परिणामी नव्या उमेदीने कामाला लागलो आणि अनेक गोष्टी पूर्वीपेक्षा अधिक सहजपणे घडू लागल्या.

२. जाणीवपूर्वक मन प्रसन्न कसं ठेवायचं?

या प्रश्नाचं उत्तर मला एम.डी. सरांनी सांगितलेल्या **'फोर-वी** च्या सूत्रांत मिळालं. आपल्या मनःस्थितीवर परिणाम करणारे हे असे घटक आहेत, ज्यामुळे नकळत आपला मूड बिघडतो. म्हणूनच अनेकदा आपण मनःशांती आणि समाधान असूनही त्याचा आनंद घेऊ शकत नाही. मनासारखं, मुक्तपणे आणि आनंदाने जगण्याऐवजी आपण स्वतःच आपल्या मनावर नाराजी, तक्रारी आणि असंतोषाची ओझी लादत राहतो. पण जीवनाचं हे पहिलं सूत्र समजल्यापासून माझ्यात एक मोठा बदल घडला. मी माझ्या मनावर चिकटलेलं 'नाराजी'चं लेबल कायमचं काढून टाकलं.

३. प्रत्येक समस्येत उत्तर दडलेलं असतं

प्रत्येक समस्येबरोबर तिचा उपायही जन्माला आलेला असतो. तो शोधण्याची दृष्टी आपल्याकडे असली पाहिजे. सापाच्या विषापासूनच त्यावरील औषध तयार होतं, हे आपण जाणतोच. म्हणजेच, संकटातच त्यावरचा उताराही दडलेला असतो.

एम. डी. सरांकडून मला एक विलक्षण गोष्ट शिकायला मिळाली– समस्येलाच पुढे जाण्याची पायरी बनवायची. ते मला नेहमी विचारायचे, 'ही समस्या तुझ्या प्रगतीची पायरी बनू शकते का? तुझ्या बिघडलेल्या मनःस्थितीचाच उपयोग तू स्वतःच्या विकासासाठी करू शकतोस का?'

बहुतेक लोक वर्षानुवर्षं आपल्या मनःस्थितीशी झुंज देत राहतात. काहीजण नैराश्याच्या गर्तेत जातात आणि मग डॉक्टर, औषधं, उपचार यांचं अखंड चक्र सुरू होतं. पण इथे मला एक वेगळी वाट सापडली– मूडशी लढायचं नाही; त्यालाच स्वतःच्या विकासाचं साधन बनवायचं.

४. 'ख–रा–ब' मूडमध्येच उपाय दडलेला असतो – 'ख' म्हणजे खोज (शोध).

नेमकं काय घडत आहे? कोणाचं मन अस्वस्थ झालं आहे? 'माझा मूड खराब आहे' असं म्हणणारा हा 'मी' कोण आहे? मला दुःख झालं, असं म्हणणारा कोण? दुःख नेमकं कोणाला होतं? याच प्रश्नांचा शोध भगवान बुद्धांनी घेतला आणि त्या अखंड शोधाचा शेवट निर्वाणाच्या अनुभूतीत झाला.

'रा' म्हणजे रॉकेट.

नकारात्मक भावना मनात साठवून ठेवायच्या नाहीत; त्या जणू रॉकेटमध्ये बसवून विश्वाच्या पलीकडे पाठवून द्यायच्या. त्याचबरोबर आणखी एक महत्त्वाची गोष्ट लक्षात आली–मूड खालावला की सर्वप्रथम शरीराची स्थिती बदला.

शरीराची स्थिती बदलली की मनातही बदलाची प्रक्रिया सुरू होते. दररोज थोडासा व्यायाम, काही योगासनं, चालणे, स्ट्रेचिंग किंवा शरीराला हालचाल देणारी कोणतीही कृती करा. शरीराची प्रत्येक हालचाल मेंदूमध्ये एंडॉर्फिन या आनंददायी रसायनांचा स्राव वाढवते. त्यामुळे दिवसभर मन प्रसन्न, हलकं आणि उत्साही राहतं. शरीराची चपळता, तंदुरुस्ती आणि ऊर्जा यांचा थेट परिणाम मनावर होत असतो.

म्हणून एक गोष्ट कायम लक्षात ठेवा–मनाला जडत्व येऊ देऊ नका. शरीराची हालचाल करा; उरलेलं काम मन स्वतःच सांभाळून घेईल.

'ब' म्हणजे बोला

आपण स्वतःशी ज्या भावनेने बोलतो, तसंच आपलं व्यक्तिमत्त्व हळूहळू घडत जातं. म्हणून मी स्वतःशी जाणीवपूर्वक सकारात्मक, प्रेमळ आणि उभारी देणारा संवाद साधायला सुरुवात केली. आज ना उद्या नक्कीच त्याचे परिणाम दिसतील, यावर माझा विश्वास बसू लागला.

आपणच अनेकदा स्वतःचे सर्वांत कठोर टीकाकार असतो. एखादी चूक झाली की स्वतःलाच दोष देत राहतो, स्वतःलाच कमी लेखतो. अशा प्रत्येक शब्दाचा आपल्या मनावर खोल परिणाम होत असतो. म्हणून आपल्या स्वसंवादात नेहमी सकारात्मकता असू द्या.

मन मोकळं करण्यासाठी एखाद्या विश्वासू मित्राशी, कुटुंबातील जवळच्या व्यक्तीशी किंवा ज्यांच्यावर पूर्ण विश्वास आहे अशा व्यक्तीशी अवश्य बोला. अनेकदा समस्येचं उत्तर मिळणं एवढं महत्त्वाचं नसतं; आपलं मन कोणीतरी शांतपणे, समजून घेत ऐकून घेतं, एवढ्यानेच मनावरील अर्धा भार हलका होतो.

मी स्वतःला रोज एक वाक्य सांगायला सुरुवात केली–या विश्वातील सर्वांत शक्तिशाली शक्ती माझ्यासाठी कार्यरत आहे.

सुरुवातीला हे वाक्य म्हणताना माझाच त्यावर विश्वास बसत नव्हता. हे वारंवार म्हणाल्याने खरंच काय बदलणार? असा प्रश्न मनात यायचा.

पण एम. डी. सरांनी मला एक महत्त्वाची गोष्ट सांगितली–विश्वास बसो अथवा न बसो, अशी सकारात्मक वाक्यं सातत्याने उच्चारत राहा. एक दिवस त्यांचे परिणाम तुलाच आश्चर्यचकित करतील.

त्या दिवसापासून मी ती वाक्यं केवळ म्हणत नाही, तर हळूहळू ती जगायलाही शिकलो.

५. थोडा विराम घ्या (Pause)

जीवनाच्या धावपळीत मधूनमधून थोडा विराम घेणं खूप गरजेचं आहे. काही क्षण थांबा. स्वतःला शांतपणे सांगा–आता मी जे काम करणार आहे, ते सहज, शांत आणि सजग मनाने करणार आहे.

असा छोटासा विराम मनात जागरूकता निर्माण करतो. आपण जेव्हा पूर्णपणे सजग राहून एखादं काम करतो, तेव्हा त्या कामाची गुणवत्ता आपोआप उंचावते.

कधीतरी मोबाईलपासूनही जाणीवपूर्वक दूर राहा. त्या वेळात स्वतःशी पुन्हा जोडून घ्या.

मी स्वतःला वारंवार एक गोष्ट सांगत राहिलो-

मी माझ्या मनाचा मालक आहे; मूडचा गुलाम नाही.

या एका जाणिवेमुळे माझ्यात मोठा बदल घडू लागला. मनःस्थितीने मला ओढून नेण्याऐवजी, मनरूपी गाडी योग्य दिशेने कशी चालवायची, हे मला उमजू लागलं. तिचं सुकाणू माझ्या हातात आहे, याची खात्री निर्माण झाली. या समजुतीने माझा आत्मविश्वास अनेक पटींनी वाढला. सर्वांत महत्त्वाचं म्हणजे, मी स्वतःला कमकुवत समजणं कायमचं सोडून दिलं.

६. मन कल्पनांमध्ये अडकून राहतं

ज्यांना नैराश्याचा किंवा सतत खिन्न राहण्याचा त्रास असतो, त्यांना एक महत्त्वाचा सल्ला दिला जातो- आपल्या भावना एखाद्या विश्वासू आणि समंजस व्यक्तीसमोर मोकळेपणाने व्यक्त करा.

मनात साचलेल्या गोष्टी बोलून दाखवल्या की मनावरील ताण बराच हलका होतो. आपण ज्या वेदनेतून जात असतो, तिच्याशी आपण इतके एकरूप झालेलो असतो की अनेकदा तिच्याकडे तटस्थपणे पाहणं आपल्याला शक्य होत नाही. अशा वेळी समोरची व्यक्ती वेगळ्या दृष्टिकोनातून त्या परिस्थितीकडे पाहते आणि कदाचित आपल्याला न दिसलेला मार्गही दाखवू शकते.

याहूनही प्रभावी उपाय म्हणजे मनातील विचार कागदावर उतरवणे. आपल्या भावना शब्दांत व्यक्त झाल्या की त्यांची तीव्रता कमी होऊ लागते. नंतर तो कागद जाळून टाकलात तरी हरकत नाही; पण आधी लिहा. कारण लिहिण्याची कृतीच मनाला हलकं करते आणि अनेकदा अनपेक्षित उत्तरंही त्यातूनच सापडतात.

लक्षात ठेवा, अनेक समस्या आधी मनात जन्म घेतात. त्या कागदावर उतरवा, पुन्हा वाचा. कदाचित त्यांच्यातच त्यांचं उत्तर दडलेलं सापडेल.

७. मंत्र – 'सागरात घर असू दे; पण घरात सागर नको'.

या वाक्याचा अर्थ खूप गहन आहे. संसारात राहा, पण संसार मनात साठवू नका. आपली कर्तव्यं, नाती, जबाबदाऱ्या यांच्यात पूर्णपणे सहभागी व्हा; पण बाहेर

घडणारी प्रत्येक घटना, प्रत्येक विचाराला मनात घर करून बसू देऊ नका. नाहीतर मनात येणारी प्रत्येक गोष्ट हळूहळू तुमच्यावरच राज्य करू लागते.

शेवटी मला एक अत्यंत महत्त्वाचं सत्य उमगलं-

मी शरीर नाही; मी शरीरासोबत आहे. ही गोष्ट केवळ ऐकून मान्य करायची नाही, तर स्वतःच्या अनुभवातून जाणायची आहे.

ध्यानात बसल्यावर 'मी शरीर नाही' या सत्याविषयी मनात विलक्षण स्पष्टता आणि अढळ खात्री निर्माण होते. तो केवळ बौद्धिक विचार राहत नाही; तो स्वतःचा अनुभव बनतो. याच प्रत्यक्ष अनुभूतीला आपल्या परंपरेत आत्मसाक्षात्कार असं म्हटलं आहे.

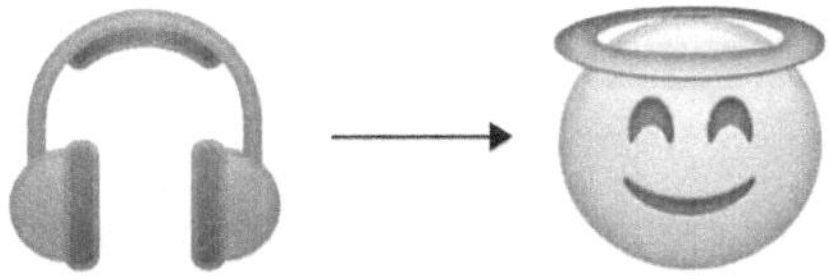

अध्याय
१३

जीवनाची नवी सुरुवात

नीरज आपल्या ब्लॉगवर लिहीत होता. लॅपटॉपसमोर बसून तो मनात साचलेले भाव शब्दांत उतरवत होता.

नमस्कार मित्रांनो! माझ्या ब्लॉगमध्ये तुमचं मनापासून स्वागत. मी नीरज.

एकेकाळी लोक मला 'नाराज' या नावानेच हाक मारायचे. त्यामागचं कारणही तसंच होतं. माझा मूड क्षणाक्षणाला बदलायचा. मी सतत उदास, नाराज आणि दुःखी असायचो.

या शहरात येऊन मला तीन-चार वर्षेच झाली आहेत. बाबांनी त्यांचा व्यवसाय इथे सुरू केला आणि संपूर्ण कुटुंबाने एकत्र राहावं, अशी त्यांची इच्छा होती, पण खरं सांगायचं तर, सुरुवातीला या शहरात राहण्याची माझी अजिबात इच्छा नव्हती.

कारण या शहराशी माझ्या आयुष्यातील सर्वांत वेदनादायी आठवणी जोडलेल्या होत्या. याच शहरात मी माझ्या आईला कायमचं गमावलं होतं. तिच्या जाण्याचं दुःख माझ्या मनात इतकं खोलवर रुजलं होतं की त्यातून मी कधीच पूर्णपणे सावरू शकलो नाही.

त्या काळात माझा म्हणावा असा एकही मित्र नव्हता. मी पूर्णपणे एकटा पडलो होतो. आतून तुटलो होतो... जणू आयुष्याची दिशा हरवून बसलो होतो.

पण आज चित्र पूर्णपणे बदललं आहे.

आज मला माझ्या जीवनाचं ध्येय सापडलं आहे. एकेकाळी भरकटलेल्या, दिशाहीन पतंगासारखं वाटणारं माझं आयुष्य आता नव्या उमेदीनं, नव्या ऊर्जेनं आणि नव्या आशेनं भरारी घेण्यासाठी सज्ज झालं आहे.

आज स्वतःमध्ये झालेला हा बदल पाहताना मन भरून येतं. हा सुंदर प्रवास, हे नव्यानं सापडलेलं आयुष्य, याचं संपूर्ण श्रेय एका व्यक्तीला जातं–

माझे मित्र, मार्गदर्शक आणि गुरू... एम. डी. सर.

ते केवळ मार्ग दाखवणारे शिक्षक नाहीत; ते माणसाचं आयुष्य आतून बदलून टाकणारे मार्गदर्शक आहेत. त्यांच्या सहवासात माणूस फक्त बदलत नाही, तर नव्यानं घडतो. त्यांच्या शिकवणीतून मला जगण्याची नवी दृष्टी मिळाली, आणि त्याच दृष्टीने माझ्या आयुष्याला खऱ्या अर्थाने नवी सुरुवात मिळाली.

एम. डी. सरांशी माझं नातं केवळ शिक्षक–विद्यार्थ्याचं राहिलं नव्हतं; त्यात आपुलकी, विश्वास आणि जिव्हाळा निर्माण झाला होता. मनातल्या प्रत्येक गाठी मी त्यांच्यासमोर निःसंकोचपणे मोकळ्या करायचो. विशेष म्हणजे, त्यांनी कधी मला जज केलं नाही, दोष दिला नाही. ते फक्त शांतपणे ऐकून घ्यायचे आणि प्रत्येक प्रश्नाचं मुळापर्यंत जाऊन उत्तर शोधायला शिकवायचे.

क्षणिक दिलासा देणारे, सल्ले देणारे लोक जगात कमी नाहीत; पण मला तात्पुरता आधार नको होता. मला कायमस्वरूपी बदल घडवणारा मार्ग हवा होता. आणि तो मला एम.डी. सरांच्या सहवासात मिळाला.

याच काळात मी त्यांची काही पुस्तकंही वाचली. त्या पुस्तकांनी माझ्या विचारविश्वाला नवी दिशा दिली. मनात सतत नवे प्रश्न जन्म घेऊ लागले. मला जाणवू लागलं की, इंटरनेटवर सहज उपलब्ध असलेल्या वरवरच्या आणि विस्कळित माहितीपेक्षा कितीतरी गहन आणि अनुभवाधिष्ठित ज्ञानविश्व प्रत्यक्षात उपलब्ध आहे. हे ज्ञान फार थोड्या लोकांकडे असतं, आणि एम. डी. सर त्या थोडक्या व्यक्तींमधले एक आहेत.

माझी जिज्ञासा आता केवळ उत्सुकता राहिली नव्हती; ती ज्ञानाची तृष्णा बनली होती. मला अजून जाणून घ्यायचं होतं, अजून समजून घ्यायचं होतं.

सरांसोबत मी नियमितपणे मेडिटेशन रिट्रीट्समध्ये सहभागी होऊ लागलो.

त्याच काळात त्यांनी मला 'द महाआसमानी मॅजिक ऑफ अवेकनिंग' या शिबिराची माहिती दिली.

हे शिबिर माझ्या आयुष्यातील खऱ्या परिवर्तनाचा टर्निंग पॉइंट ठरलं.

अवघ्या पाच दिवसांत माझ्यात झालेला बदल इतका विलक्षण होता की माझे कुटुंबीय, कॉलेजमधले मित्र आणि मला जवळून ओळखणारे सगळेच थक्क झाले.

त्या क्षणी मनात उसळणारा आनंद शब्दांत मांडणं आजही कठीण वाटतं. त्या अनुभवाने मला जणू एका वेगळ्याच अंतर्मनाच्या उंचीवर नेऊन ठेवलं. आणि सर्वांत आनंदाची गोष्ट म्हणजे, हा अनुभव फक्त माझ्यासाठी नाही; तो प्रत्येकाला मिळू शकतो.

शिबिर संपताच मी सर्वप्रथम माझ्या काही मित्रांना ते शिबिर करण्यासाठी प्रेरित केलं. काही दिवसांनी उन्हाळ्याच्या सुट्ट्या सुरू होणारच होत्या. आयुष्यात खरा आनंद, शांतता आणि नवी दिशा मिळवण्यासाठी त्यापेक्षा योग्य संधी दुसरी कोणती असू शकते?

मी केलेली दुसरी महत्त्वाची गोष्ट म्हणजे आत्याशी पुन्हा नातं जोडणं.

आमच्या दोघांमध्ये अनेक गैरसमज निर्माण झाले होते. त्यातून मनात कटुता साचली आणि आमच्यातलं अंतर दिवसेंदिवस वाढत गेलं.

त्या दिवशी घरी पोहोचताच मी सर्वप्रथम आत्याच्या पाया पडलो. मनापासून तिची माफी मागितली. माझा तो प्रामाणिकपणा पाहून तिच्या मनातला सारा राग क्षणात विरघळून गेला. तिने मला प्रेमाने माफ केलं आणि जवळ घेऊन मिठी मारली. आत्याची मुलं-आरव आणि मिनी-यांच्यासाठीही मी भेटवस्तू आणल्या होत्या. त्यांनाही त्या खूप आवडल्या.

योग्य वेळ साधून मी आत्याला अवेकनिंग शिबिराबद्दल सांगितलं. माझ्यात झालेला बदल ती स्वतः अनुभवत होती. माझ्या प्रेमळ आणि बदललेल्या वागण्यामुळे तिलाही नकार देता आला नाही. शेवटी तीही शिबिरासाठी तयार झाली. त्या एका निर्णयामुळे आमच्या नात्यातील दुरावा पूर्णपणे नाहीसा झाला. कुटुंबाशी पुन्हा एकदा मनापासून एकरूप झाल्याचं समाधान मला लाभलं.

आता उरलं होतं एकच मोठं काम-बाबांना तयार करणं.

अध्यात्म, ध्यान किंवा अशा विषयांपासून ते नेहमीच दूर राहिले होते, पण या

वेळी मी मनाशी ठरवलं होतं–त्यांनाही या अनुभवापर्यंत नक्की घेऊन जायचं. आई गेल्यानंतर बाबा खूप शांत झाले होते. माझ्यासारखेच तेही कमी बोलू लागले होते. त्यांनी स्वतःला पूर्णपणे व्यवसायात झोकून दिलं होतं. कदाचित आईच्या विरहाचं दुःख विसरण्याचा तो त्यांचा मार्ग असावा; पण त्या धावपळीत ते स्वतःलाच कुठेतरी हरवून बसले होते. आता मात्र मला वाटत होतं–ही परिस्थिती बदलू शकते.

आई गेल्यानंतर माझ्या मनात जी अपराधी भावना निर्माण झाली होती, त्यासाठी एक दिवस मी आईचा फोटो कपाटातून काढून माझ्या टेबलावर ठेवला. शिबिर करून आल्यानंतर मी त्या फोटोसमोर बराच वेळ शांत बसलो. मनातलं सगळं तिच्याशी बोललो. अनेक वर्षांपासून मनाच्या तळाशी दडून बसलेला एक अपराधीपणा त्या दिवशी विरघळून गेला–आईच्या अखेरच्या क्षणी मी तिच्यासोबत नव्हतो, ही सल मला आतून पोखरत होती.

पण त्या दिवशी मी स्वतःला माफ केलं. मला जाणवलं–आई कुठेच गेलेली नाही. ती आजही माझ्या आठवणीत आहे... माझ्या श्वासात आहे... माझ्या प्रत्येक चांगल्या विचारात आहे... आणि माझ्या आयुष्याच्या प्रत्येक पावलावर माझ्यासोबत आहे. आता तिच्या जाण्याचं दुःख मनात बाळगून जगायचं नाही.

मी स्वतःला क्षमा केली... आणि त्या क्षणापासून माझ्या आयुष्याचा एक नवा अध्याय खऱ्या अर्थाने सुरू झाला.

तर मित्रांनो, माझ्या खचलेल्या मनःस्थितीतून सत्याच्या दिशेने सुरू झालेल्या प्रवासाची ही कहाणी.

आज माझ्या आयुष्यात जे काही सुंदर, सकारात्मक आणि कायमस्वरूपी बदल घडले आहेत, त्यामागे दोन गोष्टींचा सिंहाचा वाटा आहे- मौन(M)/ मनःशांती आणि ध्यान (D). आणि या दोन्हींचा परिचय मला करून दिला, माझे मार्गदर्शक, मनन देव (एम. डी.) सरांनी.

त्यांच्या सहवासामुळे मला जीवनाकडे पाहण्याची नवी दृष्टी मिळाली. स्वतःला समजून घेण्याची, मनाला ओळखण्याची आणि त्याच्या पलीकडे जाण्याची वाट सापडली. आज मी जे काही आहे, त्यात एम. डी. सरांच्या मार्गदर्शनाचा मोठा वाटा आहे.

माझी या ब्लॉगच्या सर्व वाचकांना मनापासून एकच विनंती आहे–

मौन आणि ध्यान यांचा अनुभव अवश्य घ्या.

एक गोष्ट मी स्वतःच्या अनुभवातून सांगू शकतो-वाईट मूड आणि मौन (शांती), ध्यान (एम. डी.) हे दोन्ही एकत्र राहूच शकत नाहीत. जिथे अंतर्मनात खरं मौन (शांती) जागृत होते, तिथे अस्वस्थता, तणाव आणि बिघडलेला मूड हळूहळू विरघळून जातो.

हेच नव्हे, तर त्या प्रवासात मला स्वतःची खरी ओळखही सापडली. त्या शिबिराने मला केवळ जीवन जगायला शिकवलं नाही, तर स्वतःला जाणण्याचा मार्ग दाखवला.

आज एम.डी. सरांचं मार्गदर्शन आणि त्यांनी दिलेलं ज्ञान हीच माझी खरी संपत्ती आहे.

मनापासून इच्छा आहे की, तुम्हीही 'मॅजिक ऑफ अवेकनिंग' शिबिरात सहभागी व्हा आणि स्वतःच्या अंतरंगाकडे नेणाऱ्या या अविस्मरणीय प्रवासाचा अनुभव घ्या.

...धन्यवाद!

मूड सर्वे

मनःस्थिती सुधारण्याचे काही सोपे उपाय

१. शरीरापासून सुरुवात करा

बहुतेक वेळा आपल्या मनःस्थितीचा शरीराशी जवळचा संबंध असतो. त्यामुळे शरीरात सकारात्मक बदल घडवले, की त्याचा परिणाम मनावरही आपोआप दिसू लागतो.

- दररोज ५-१० मिनिटे भरभर चालण्याची सवय लावा.
- काही वेळ खोल श्वास घ्या. (४ सेकंद श्वास आत, ६ सेकंद श्वास बाहेर.)
- चेहऱ्यावर हलकंसं स्मित ठेवा. (ते सुरुवातीला कृत्रिम वाटलं तरीही.)
- थंड पाण्याने चेहरा धुवा.
- शरीर बदललं की मनही त्याला साथ द्यायला लागतं.

२. स्वतःची 'मूड प्ले-लिस्ट' तयार ठेवा

- आवडती दहा गाणी निवडून एक खास प्ले-लिस्ट बनवा.
- मन खट्टू झालं असेल तर की ती लगेच ऐका.
- शक्य असेल तर गुणगुणा किंवा थोडंसं नाचा.

३. कृतज्ञतेचा छोटासा सराव

दररोज फक्त तीन गोष्टी लिहा :

- आज कोणती चांगली गोष्ट घडली?
- आज कोणाबद्दल कृतज्ञता वाटली?
- स्वतःबद्दलची एक चांगली गोष्ट.
- अवघ्या तीन मिनिटांचा हा सराव तुमच्या मनःस्थितीत खोलवर बदल घडवू शकतो.

४. विचारांची चौकट बदला (री-फ्रेमिंग टेक्निक)

स्वतःला तीन प्रश्न विचारा :

- ही समस्या पाच वर्षांनीही इतकी महत्त्वाची वाटेल का?
- यातून मी काय शिकू शकतो?
- याकडे दुसऱ्या, अधिक सकारात्मक नजरेने पाहता येईल का?
- दृष्टिकोन बदलला की भावनाही बदलतात.

५. एखाद्याला आनंद द्या

- कोणालातरी मनापासून धन्यवादाचा संदेश पाठवा.
- एखाद्याचं कौतुक करा.
- छोट्या-मोठ्या मदतीची संधी सोडू नका.

दुसऱ्याच्या चेहऱ्यावर हसू फुलवलं की आपल्या मनातही आनंद उमलतो.

६. वातावरणात बदल करा

- खोलीतील प्रकाशव्यवस्था बदला.
- हलका सुगंध (उदबत्ती किंवा सुगंधी तेल) वापरा.
- दहा मिनिटे खोलीची किंवा घराची स्वच्छता करा.

बाहेरचा पसारा कमी झाला की मनातलाही गोंधळ कमी होतो.

७. अर्धा तास डिजिटल विश्रांती (डिजिटल डिटॉक्स)

सोशल मीडियापासून थोडं दूर राहा.

त्या वेळात-

- पुस्तक वाचा.
- झाडांना पाणी घाला.
- शांतपणे चहाचा आस्वाद घ्या.

८. स्वतःसाठी एक सकारात्मक वाक्य निवडा

यांपैकी एखादं वाक्य निवडा-

- हा क्षण मी हलका करू शकतो / शकते.
- हेही दिवस निघून जातील.
- आत्ता आनंदी राहण्याची निवड मी करतो / करते.

हे वाक्य मनात किमान दहा वेळा वारंवार म्हणा.

अधिक सरावासाठी : पुढची पाच मिनिटे स्वतःला सक्षम समजून वागा. जणू तुमची मनःस्थिती आधीच उत्तम आहे.

- ताठ उभे राहा.
- उत्साहाने बोला.
- थोडंसं हसा. कारण मेंदूही हळूहळू ते खरं मानू लागतो.

मूड ऑफ होण्याची काही कारणे आणि त्यावर उपाय

१. **अपुरी झोप** – पुरेशी झोप घ्या.

२. **ओव्हर थिंकिंग** – अति विचार करण्याची सवय कमी करा.

३. **हार्मोनमधील बदल** – महिलांमध्ये जास्त जाणवतात. व्यायाम, योग्य तपासण्या करा.

४. **स्ट्रेस** – ताण-तणाव कमी ठेवण्याचा प्रयत्न करा.

५. **अनहेल्दी फूड** – चुकीच्या खाण्याच्या सवयी टाळा.

६. **पाणी कमी पिणे** – यामुळे थकवा जाणवतो. म्हणून शरीरातील पाण्याचं प्रमाण योग्य ठेवा.

७. **इतरांशी तुलना** – स्वतःची इतरांशी तुलना करणं सोडा.

८. **नात्यांमधील दरी** – गैरसमज दूर करा. अनावश्यक किंवा नकारात्मक लोकांपासून योग्य अंतर ठेवा.

९. **एकटेपणा** – एकटेपणात अडकून न राहता आपुलकीची नाती जपा. मित्रांशी, डॉक्टर, कौन्सेलरशी बोला.

१०. **आरोग्याशी संबंधित समस्या** – (उदाहरणार्थ- थायरॉइड, व्हिटॅमिन डी किंवा बी-१२ची कमतरता इत्यादी) वेळेवर तपासून त्यावर उपचार करा.

आनंदी लोकांचे देश

ज्यांचा मूड नेहमीच चांगला असतो

प्रसन्न चेतना जोपासणारे प्रगत समाज

फिनलंड (Finland)

जागतिक आनंद अहवालात (World Happiness Report) अनेक वर्षांपासून फिनलंड अग्रस्थानी आहे. त्यामागील काही महत्त्वाची कारणे-

- इतरांशी तुलना करण्याऐवजी समाधानाने जगण्याची वृत्ती.
- निसर्गाच्या सान्निध्यातील जीवन.
- काम आणि वैयक्तिक आयुष्य यांचा समतोल.

डेन्मार्क (Denmark)

- डेन्मार्कमध्ये Hygge ही जीवनशैली प्रसिद्ध आहे. म्हणजे दैनंदिन जीवनातील छोट्या-छोट्या क्षणांत आनंद शोधणे.
- सुरक्षित आणि विश्वासार्ह समाजव्यवस्था.
- साधे, संतुलित आणि समाधानाचे जीवन.

स्विझर्लंड (Switzerland)

येथील लोकांच्या आनंदामागे काही महत्त्वाचे घटक आहेत-

- आर्थिक व सामाजिक सुरक्षितता.
- स्वच्छ आणि सुंदर परिसर.
- व्यवस्थेवर असलेला विश्वास, ज्यामुळे मानसिक शांतता लाभते.

कॅनडा (Canada)

- नम्र आणि सहकार्य करणारे लोक.
- विविध संस्कृतींचा सन्मान करणारा समाज.

- तुलनेने कमी सामाजिक ताणतणाव.

नेदर्लंड्स (Netherlands)

- मोकळा आणि प्रामाणिक संवाद.
- काम आणि वैयक्तिक जीवनातील उत्तम समतोल.
- सायकलिंगसारख्या सक्रिय आणि निरोगी जीवनशैलीला प्राधान्य.

न्यूझीलंड (New Zealand)

- शांत, निवांत आणि समाधानकारक जीवनशैली.
- निसर्गाशी घट्ट नाते.
- कमी स्पर्धा आणि त्यामुळे कमी ताणतणाव.

सरश्री – अल्प परिचय

स्वीकार मुद्रा

सरश्रींचा आध्यात्मिक शोधाचा प्रवास त्यांच्या बालपणापासूनच सुरू झाला होता. हा शोध सुरू असतानाच त्यांनी अनेक प्रकारच्या पुस्तकांचं अध्ययन केलं. त्याचबरोबर या शोधकाळात त्यांनी अनेक ध्यानपद्धतींचा अभ्यासही केला. त्यांच्यातील या जिज्ञासेने त्यांना अनेक वैचारिक आणि शैक्षणिक संस्थांमध्ये जाण्यासाठी प्रेरित केलं. जीवनाचं रहस्य समजण्यासाठी त्यांनी **प्रदीर्घ काळ मनन करून आपलं शोधकार्य सातत्याने सुरू ठेवलं. या शोधातूनच त्यांना 'आत्मबोध' प्राप्त झाला.** आत्मसाक्षात्कारानंतर त्यांना जाणवलं, की **अध्यात्माचा प्रत्येक मार्ग ज्या शृंखलेने जोडलेला आहे, तो म्हणजे 'समज' (Understanding).** आत्मबोधप्राप्तीनंतर त्यांनी अध्यापनाचं कार्य थांबवलं आणि जवळ जवळ दोन दशकांहूनही अधिक काळ आपलं समस्त जीवन मानवजातीच्या कल्याणासाठी आणि आध्यात्मिक विकासासाठी अर्पण केलं.

सरश्री म्हणतात, ''सत्यप्राप्तीच्या सर्व मार्गांचा प्रारंभ जरी वेगवेगळ्या मार्गांनी होत असला, तरी सर्वांचा अंत मात्र एकच समज प्राप्त केल्याने होतो. ही **'समज'च सर्व काही असून ती स्वतःमध्ये परिपूर्ण आहे.** आध्यात्मिक ज्ञानप्राप्तीसाठी या 'समजे'चं श्रवणच पुरेसं आहे.'' ही समज प्रकाशमान करण्यासाठी आजपर्यंत त्यांनी आध्यात्मिक विषयांवर **तीन हजारांहून अधिक प्रवचनं दिली आहेत.** या प्रवचनांद्वारे ते अध्यात्मातील अतिशय गहन संकल्पना सहज, सुलभ आणि व्यावहारिक भाषेत समजावून सांगतात. समाजातील प्रत्येक स्तरावरील मनुष्य सरश्रींद्वारे सांगितल्या जाणाऱ्या या समजेचा लाभ घेऊ शकतो. त्यासाठी कोणत्याही धर्म, जात, उपजात, वर्ण, पंथ वा लिंग यांचं बंधन नसतं. विश्वाच्या प्रत्येक कानाकोपऱ्यांतील लोक आज 'तेजज्ञान'च्या अनोख्या ज्ञानप्रणालीचा लाभ घेत आहेत. याच व्यवस्थेचा आणखी एक महत्त्वपूर्ण भाग म्हणजे, **दररोज सकाळी आणि रात्री ९ वाजून ९ मिनिटांनी लाखो लोक विश्वशांतीसाठी प्रार्थना करत आहेत.**

सरश्री – अल्प परिचय

सरश्री तेजज्ञान
यूट्यूब चैनल

तेजज्ञान फाउंडेशन – परिचय

तेजज्ञान फाउंडेशन आत्मविकासातून आत्मसाक्षात्कार प्राप्त करण्याचा एक मार्ग आहे. यासाठी सरश्रींद्वारा एक अनोखी बोधप्रणाली (System for Wisdom) निर्माण झाली आहे. या प्रणालीला आंतरराष्ट्रीय प्रमाणपत्राद्वारे ISO 9001:2015च्या आवश्यकतेनुसार आणि निकष पडताळून सरळ, व्यावहारिक आणि प्रभावी बनवलं गेलं आहे.

या संस्थेच्या प्रबोधनपद्धतीच्या भिन्न पैलूंना (शिक्षण, निरीक्षण आणि गुणवत्ता) स्वतंत्र गुणवत्ता परीक्षकांद्वारे (Quality Auditors) क्रमबद्ध पद्धतीने पडताळलं गेलं. त्यानंतर या पैलूंना ISO 9001:2015 साठी पात्र समजून या बोधपद्धतीला हे प्रमाणपत्र प्रदान करण्यात आलं.

तेजज्ञान फाउंडेशन – परिचय

हॅपी थॉट्स तेजज्ञान यूटयूब चैनल

'द महाआसमानी – मॅजिक ऑफ अवेकनिंग' अल्प परिचय

Self Development to Self Realization Towords Self Stabilizaion

तुम्हाला सर्वोच्च आनंद हवाय? असा आनंद, जो कोणत्याही बाह्य कारणावर अवलंबून नाही... जो प्रत्येक क्षणी वृद्धिंगत होतो. या जीवनात तुम्हाला प्रेम, विश्वास, शांती, समृद्धी आणि परमसंतुष्टी हवी आहे का? शारीरिक, मानसिक, सामाजिक, आर्थिक आणि आध्यात्मिक अशा आयुष्याच्या सर्व स्तरांवर यशस्वी होण्याची तुमची इच्छा आहे का? 'मी कोण आहे' हे तुम्हाला अनुभवाने जाणावंसं वाटतं का? तुमच्या अंतर्यामी अशा सर्व प्रश्नांची उत्तरं जाणण्याची इच्छा आणि 'अंतिम सत्य' प्राप्त करण्याची तृष्णा असेल, तर तेजज्ञान फाउंडेशनतर्फे आयोजित 'महाआसमानी शिबिरा'त तुमचं स्वागत आहे. हे शिबिर सरश्रींच्या मार्गदर्शनावर आधारित आहे.

महाआसमानी– अल्प परिचय

हॅपी थॉट्स सरश्री (इंग्लिश) यूट्यूब चैनल

तेजज्ञान फाउंडेशनच्या मुख्य शाखा

पुणे (रजिस्टर्ड ऑफिस) – विक्रांत कॉम्प्लेक्स, तपोवन मंदिराजवळ, पिंपरी, पुणे : ४११ ०१७. फोन : 020-27411240, 27412576

मनन आश्रम–सर्व्हे नं. ४३, सणस नगर, नांदोशी गांव,किरकटवाडी फाटा, तालुका हवेली, जि. पुणे: ४११०२४. फोन : 09921008060

- विश्व शांति प्रार्थना -

पृथ्वीवर शुभ्र प्रकाश (दिव्यशक्ती) येत आहे,
पृथ्वीतून सोनेरी प्रकाशाचा (चेतनेचा) उदय होत आहे.
विश्वातील सगळी नकारात्मकता दूर होत आहे.
सर्वजण प्रेम, आनंद आणि शांतीसाठी ग्रहणशील होत आहेत.

ही 'सामूदायिक अव्यक्तिगत प्रार्थना' तेजज्ञान फाउंडेशनचे सर्व सदस्य कित्येक वर्षांपासून सातत्याने करत आहेत. आनंदी लोकदेखील ही प्रार्थना करू शकतात. तसेच आजारी किंवा कोणत्याही समस्येमुळे त्रस्त असणारे लोकही ही प्रार्थना ग्रहण करून स्वास्थ्यलाभ घेऊ शकतात.

तुम्ही एखाद्या आजाराने वा समस्येने त्रस्त असाल, तर सकाळी अथवा रात्री ९ वाजून ९ मिनिटांनी ग्रहणशील होऊन शांत बसा. 'स्वास्थ्य आणि शांती यांचा शुभ्र प्रकाश प्रार्थना करणाऱ्या कित्येक लोकांद्वारे पृथ्वीवर येत आहे. त्याचप्रमाणे तो माझ्यावरही कार्य करत आहे. जेणेकरून मी स्वस्थ आणि शांत होत आहे.' असं मनात म्हणा. त्यानंतर काही वेळ याच भावावस्थेत राहून सर्वांना धन्यवाद द्या आणि मगच उठा.

*** नम्र निवेदन ***

विश्वशांतीसाठी लाखो लोक दररोज सकाळी आणि रात्री ९:०९ मिनिटांनी वर दिलेली प्रार्थना करत आहेत. तसेच भारतीय वेळेनुसार दररोज सकाळी ६.१५, दुपारी ३.३० आणि रात्री ९.०० वाजता 'ध्यान प्रार्थना बीज' यूट्यूबच्या माध्यमातून प्रसारित केले जाते. कृपया आपणही यामध्ये सहभागी व्हा.

हॅपी थॉट्स परम ज्ञान यूट्यूब चैनल

www.ingramcontent.com/pod-product-compliance
Lightning Source LLC
Chambersburg PA
CBHW031331230926
51848CB00001B/182